ரயில் புன்னகை

ரயில் புன்னகை

சுஜாதா

கிழக்கு

ரயில் புன்னகை
Rayil Punnagai
by *Sujatha*
Sujatha Rangarajan ©

First Edition: April 2017
96 Pages
Printed in India.

ISBN 978-81-8493-727-5
Kizhakku - 984

Kizhakku Pathippagam
177/103, First Floor,
Ambal's Building, Lloyds Road,
Royapettah, Chennai - 600 014.
Ph: +91-44-4200-9603

Email : support@nhm.in
Website : www.nhm.in

kizhakkupathippagam
kizhakku_nhm

Kizhakku Pathippagam is an imprint of New Horizon Media Private Limited.

This book is sold subject to the condition that it shall not, by way of trade or otherwise, be lent, resold, hired out, or otherwise circulated without the publisher's prior written consent in any form of binding or cover other than that in which it is published and without a similar condition including this the rights under copyright reserved above, no part of this publication may be reproduced, stored in or introduced into a retrieval system, or transmitted in any form or by any means (electronic, mechanical, photocopying, recording or otherwise), without the prior written permission of both the copyright owner and the above-mentioned publisher of this book.

முன்னுரை

எழுதுகிறவனுக்குக் கவனம் முக்கியம். எல்லோரும் கவனிக்கிறோம். ஆனால், எல்லாவற்றையும் கவனிப்ப தில்லை. யோசித்துப் பார்த்தால் நாம் கவனிக்க விரும்பு வதைத்தான் கவனிக்கிறோம், நம் விருப்பு வெறுப்புக்கு ஏற்ப, எப்படி? சொல்கிறேன்.

சின்ன வயதில் எங்க மாமா வீட்டுக் கல்யாணத்தில் அரியக்குடி ராமானுஜ அய்யங்கார் சங்கீதச் கச்சேரி. அய்யங்கார் ரொம்ப ரசித்து 'தோடி' பாடிக்கொண்டி ருந்தார். மாமா என்னை ரகசியமாகக் கூப்பிட்டு, 'டேய்! அவர் என்னத்தையோ அப்பப்ப வாயில் போட்டுக் கறாரே, அது என்னன்னு போய்ப் பார்த்துட்டு வா' என்றார். மாமா கவனித்தது தோடியை அல்ல.

இரண்டாவது, 'இலக்கியச் சிந்தனையில் 'கதையின் கதை' என்ற தலைப்பில் தொல்காப்பியத்திலிருந்து தொடங்கி மேற்கோள்கள் காட்டி, தீவிரமான ஆராய்ச்சிக் கட்டுரை போல எனக்கே திருப்தி தரும்படியாகப் பேசினேன். பேச்சு முடிந்ததும் ஓர் எழுத்தாள அன்பர் என்னை அணுகி, 'உங்க பேச்சைக் கேட்டேன். ஏன் அப்பப்ப மூச்சிரைக்கிறது உங்களுக்கு? ஏதாவது ஹெல்த் ப்ராப்ளமா?' என்றார். அவர் கவனித்தது பேச்சை அல்ல; மூச்சிரைப்பை மட்டுமே.

மூன்றாவது, அமெரிக்காவில் ஒரு பரிசோதனை. ஓர் ஆளைக் கொலைப் பட்டினி போட்டு ஓர் அழகான

சித்திரத்தை அவனிடம் காட்டினார்கள். அவனுக்குச் சித்திரத்தில் ஓர் ஓரத்தில் வரைந்திருந்த திராட்சைப் பழம் மட்டும்தான் கண்ணுக்குத் தெரிந்ததாம்.

எனவே, கவனிப்பது என்பது உடல் நிலையையும் மன நிலையையும் பொறுத்தது. காண்கிற எல்லாவற்றையும் கவனிக்க எனக்குச் சில வருடங்கள் ஆயின. கவனித்தது அத்தனையும் எழுத வேண்டும் என்பதில்லை; எழுதத் தேர்ந்தெடுக்கப்படும் விஷயத்தில் சில பொது அம்சங்கள், முக்கியமாக மானுடம் வேண்டும்.

என் கண்ணெதிரில் நடந்த ஒரு சாலை விபத்தில் முதலில் எனக்கு எழுத விஷயம் ஏதும் கிடைக்கவில்லை. எல்லா ஊரிலும்தான் போக்குவரத்து. எல்லா ஊரிலும்தான் கிழவர்கள் கிழட்டு சைக்கிள்களில் அடிபட்டுச் சாகிறார்கள். ஆனால், இறுதியில் விபத்து நடந்த இடத்தில் இறைந்திருந்த கால் கிலோ அரிசியை ஒரு சிறுவன் ரத்தம் படியாததாகப் பொறுக்கி டிராயர் பைக்குள் திணித்துக்கொண்டபோது எனக்கு அங்கே கதை கிடைத்துவிட்டது.

அதேபோல் ஒரு பெண் கணவனைத் திட்டிக்கொண்டே நடந்து கூலிக்குச் செல்கிறாள், கதையில்லை. எல்லா ஊரிலும் எல்லா கணவர்களும் திட்டப்படுகிறார்கள்! சட்டென்று கூடவே ஓட்டமும் நடையுமாக வந்த தன் ஆறு வயது பிள்ளையைப் பார்த்து, 'நீயாவது என்னைச் செரியா வெச்சுப்பியடா?' என்று கேட்டபோது அதைச் சொல்ல வேண்டிய கட்டாயம் ஏற்பட்டுவிட்டது.

எனக்கு, சில வருடங்கள் எழுதிய பிறகு கவனிப்பதில் கஷ்டம் ஏதும் ஏற்படவில்லை. ஆனால், எழுதும்போது சொந்த விருப்பு வெறுப்புகளிலிருந்து விடுபடுவதுதான் கஷ்டமாக இருந்தது. இருக்கிறது. 'என்னே சமூகத்தின்

கொடுமை' என்று சுட்டிக்காட்டுவதைத் தவிர்ப்பது எத்தனை சிரமம் என்பது எழுதிப் பார்த்தால்தான் தெரியும். வாசகர்கள் புத்திசாலிகள்; அவர்களால் இடைவெளிகளை நிரப்ப முடியும். முகவாயைப் பிடித்து ஸ்பூன் வைத்துப் புகட்ட வேண்டாம்; எழுதியதை இடைவெளி விட்டுப் படிக்கையில் ஒரு வாசகனின் கோணம் கிடைத்து எத்தனை முறை திரும்ப எழுதி னாலும் ஒவ்வொரு முறையும் எழுதியது மெருகேறு கிறது என்பதெல்லாம் இருபத்தோரு வருடங்களாகக் கற்ற பாடங்கள்.

இந்தப் புத்தகத்தில் உள்ள எட்டுக் கதைகளில் எதிலும் என் ஆதர்சக் கதையை எய்தி விடவில்லை. முயற்சிகள் தாம் இவை. இந்த எட்டுக் கதைகளில் நான்கு சென்ற வருடத்தில் எழுதியவை.

'கந்தனைக் காணவென்று
கார்த்திகைக்கு வந்தேனடி
உந்தனைக் கண்டேன் இனி
ஊருக்குப் போக மாட்டேன்'

என்ற நாட்டுப்புறக் கவிஞனின் கதை சொல்லும் ரத்தினச் சுருக்கத்தைத்தான் முயற்சி செய்துகொண்டிருக்கிறேன்.

இந்தச் சிறுகதைகள் சாவி, இதயம் பேசுகிறது, கல்கி, கலைமகள், தேவி, குங்குமம், பம்பாய் பத்திரிகைகளில் வெளிவந்தவை.

சுஜாதா,
பெங்களூர்.

உள்ளே...

1	ரயில் புன்னகை	11
2	குதிரை	20
3	அரை வைத்தியன்	31
4	முழு வைத்தியன்	43
5	சேவகி	52
6	பேட்டி	61
7	ஜானகி சாகவில்லை!	71
8	பாரிஸ் தமிழ் பெண்	86

1

ரயில் புன்னகை

பாந்த்ராவில் வேக ரயிலுக்கு மாறிப் பெட்டிக்குள் தன்னைத் திணித்துக்கொண்டபோது, சாமிநாதன் அவனை மறுபடி பார்க்கத் தயங்கி விட்டுப் புன்னகை பூத்தான்.

இருவருக்கும் இடையில் மனித உடல்கள் அடைத்திருந்தன. கடிகாரம், டிபன் பாக்ஸ், ஹை-பாலிமர், கைப்பெட்டிகள் இவையிடையே தெரிந்த அவனுடைய பதில் புன்னகையில் செய்தி இருந்தது. 'நண்பனே நானும் தமிழன், நீயும் தமிழன். தமிழ் கூறும் நல்லுலகத்தின் இரண்டு ஏதோ மூலைகளில் இருந்து இந்த மெகா நகரத்தில் உழைப்பதற்கும் பிழைப்பதற்கும் வந்து தற்செயலாக நான்காம் முறை சந்தித்துக்கொள்கிறோம். நீ யார், நான் யார்? நானும் நீயும் பேசிக்கொண்டதில்லை. அதற்கு அவகாசமோ, சௌகரியமோ இல்லாமல் இந்த வண்டியில் புளி மூட்டை அடைப்பு தடுக்கிறது. இருந்தும் நம் இருவரின் பொது அவஸ்தையைக் கொஞ்ச நேரம் மறப்பதற்கே இந்தப் புன்னகை, இந்தா பெற்றுக்கொள்.'

அப்புறம் சாமிநாதன் அவனை உயிருடன் பார்க்கவில்லை.

கம்பெனி வேஷ டையைக் காற்று அலைக்கழிக்க, அவசரத் தீற்றலாகப் பம்பாய் விரைந்துகொண்டி

ருந்தது. அவன் தமிழன்தான் என்று கையில் வாரப் பத்திரிகை காட்டிக் கொடுக்காதிருந்தாலும் சாமிநாதனால் சொல்லியிருக்க முடியும். எல்லா தமிழர்களுக்குமே பொதுவாகச் சில திராவிடத் தோற்றங்கள் உண்டு என்பது சாமியின் சித்தாந்தம். எப்படியோ முகத்திலும் நிறத்திலும் தமிழ் தெரியும். அல்லது கண்களில் மை பூசினாற்போல் திருநெல்வேலிக்கோ, சென்னை எட்டுக்கோ ஓர் ஏக்கம்.

சாமிநாதனால் பம்பாயின் அத்தனை 'எத்னிக்' வகைகளையும் கண்டுபிடிக்க முடியும். மராத்தியர்களின் சோகைச் சிவப்பு. குஜராத்திகளின் எதிர்ப்பக்க ஸாரி. முப்பது வயதுத் தொந்தி. கேம் ஷோக்கள். சற்றே சுருங்கிய பார்ஸிகள், இரானியர்கள், மலையாளிகள், பன்னிரண்டு வருடங்களாக பார்லாவிலிருந்து சர்ச் கேட் வரை தினசரி ஊஞ்சலில் தெரிந்தெடுத்த ஞானம், அங்கிருந்து பஸ். நாரிமன் பாயிண்ட் ரஹேஜா சேம்பர்ஸில் எட்டாவது மாடியில் எட்டாவது தடுப்பில் வடமேற்கு மூலை, இன் வாய்ஸ்கள், டியர் ஸார்.

எப்போதாவது சத்கார் கிண்ணி சாப்பாடு அலுத்துப் போய், மாதுங்கா ரோடுக்குப் போய் கன்ஸர்ன்ஸில் சாப்பாடு. எப்போதாவது சினிமா, எப்போதாவது காலையில் பவுடர் அப்பிக் கொண்டு பளீர் என்று நின்றுகொண்டிருக்கும் 'பதிவிரதா சபலம்'. ஆறு வித்தியாசங்கள், ஹாலிடே ஸ்பெஷல், ஜூன் மாத மழைக்கு ரப்பர் காலணிகள், சிங்கப்பூர் குடை, கட்டிலருகே காஸட்டில் லால்குடி. பம்பாய் அவன் தினசரியை முழுவதும் 'ப்ரொக்ராம்' செய்து விட்டது.

மின்சார ரயில் சட்டென்று நின்றது. சிக்னல் தடங்கலா என்று எட்டிப் பார்ப்பதற்குள் கேபிள் எரியும் வாசனை வீசியது. பல பேர் தொபக் தொபக்கென்று குதித்து சரளையில் ஓடினார்கள்.

'பாகோ? பாகோ?'

சாமிநாதனுக்குக் குதிக்க வேண்டிய, ஓட வேண்டிய தேவையின்றி கூட்டமே அவனைச் செலுத்தியது. ஒரு பெட்டியில் தீப்பற்றியிருந்தது தெரிந்தது. ஜன்னல் வழியாகச் சோம்பேறித்தனமான கரும்புகைச் சுழல்கள் தெரிந்தன. சாமிநாதன் ஓடினான்.

எதிர்த் திசையில் ஆவேசமாக ரயில் அலறிக்கொண்டு வர, கூட்டத்தினர் அவசரக் கோடமைத்து இடைவெளியில் ஒடுங்க,

ரயில் அட்டகாசமாகக் கடந்தபோது ஒருவன் பின் மண்டையில் அடிபட்டுத் தடுமாறி சற்றே டான்ஸ் ஆடி விழுவதைப் பார்த்தான். அவர்கள் மறுபடியும் ஓடத் தொடங்கினார்கள்.

சாமிநாதனின் வண்டி முழுவதும் நின்று போய் பெரிதாக யாரையோ கூப்பிட்டது. சற்று தூரத்தில் கடந்த ரயிலில் அடிபட்டுக் கிடந்தவனைச் சுற்றி ஒரு சிறிய ஜன முடிச்சு அமைய, சிக்னல் விழி சிவப்பானது.

சாமிநாதன் அந்த இடத்தைப் பதற்றத்துடன் நெருங்கினான். சிலர் அசுவாரசியமாகப் பார்த்துக்கொண்டிருக்க, அடிபட்டவன் முழங்காலை மடக்கிக்கொண்டு படுத்திருந்தான். ஒருமுறை சைக்கிளில் விடுவதுபோல் உதைத்தான். சாமிநாதன் கிட்டே சென்று பார்த்துத் திடுக்கிட்டான். பாந்த்ராவில் புன்னகை செய்தவன்.

அசௌகரியமாகப் படுத்திருந்தான். கண்கள் மூடியிருந்தன. அவன் கையில் கோத்திருந்த பையில் 'மீனாட்சி ஸ்டோர்ஸ், மாதுங்கா' என்று எழுதி கிருஷ்ணர் படம் போட்டிருந்தது. தனியே கிடந்த சினிமா பத்திரிகையில் இளவரசி, பாண்டியன் போன்றோர் அசந்தர்ப்பமாகச் சிரித்துக்கொண்டிருந்தார்கள்.

ரயில்வே சிப்பந்தி காக்கி பையனுடனும் பெரிய ஸ்பானருடனும் கடக்கும்போது எட்டிப் பார்த்து, 'மார் கயா ஸாலா?' என்று கேட்டு விட்டு நடந்தார். ரத்தம் தெரியவில்லை. சாமிநாதனுக்கு அழுகை வந்தது. மூச்சு இருப்பது போலத் தோன்றவில்லை. ஆழமான தூக்கம் போலக் கிடந்தான். யாரும் எதுவும் செய்யாமல் லெவல் கிராஸிங்கை நோக்கி நடந்துகொண்டிருந்தார்கள். கூட்டம் குறைந்துகொண்டிருக்க, சாமிநாதன் குனிந்து அவன் கன்னத்தில் தட்டி, 'பாருங்க... த பாருங்க' என்று பயனில்லாமல் கூப்பிட்டான்.

'அரே பாய் ச்சூவோத்மத். போலீஸ் வாலேக்கோ ஆனே தோ' என்று கழுத்தில் ருமால் கட்டிய ஒருவன் அமிதாப் பாணியில் சொன்னான். சாமிநாதன் அப்போதுதான் அவன் பின் மண்டைக்கு அடியில் இருந்த சின்ன ரத்தக் குளத்தைக் கவனித்தான். இப்போது சுற்றிலும் பார்த்ததில் அதிகம் பேர் இல்லை. தடைபட்டிருந்த ரயில் கிளம்பியது. சாமிநாதன் எதிர்ப்புறம் கடந்து சுவர் அருகில் நிழலில் நின்றான். ஏதாவது யாராவது செய்வார்கள். ரயில்காரர்களுக்குத் தெரிந்திருக்கும். யாராவது வந்து

பொறுப்பேற்றுக்கொள்வார்கள். சாமிநாதன் கைக்கடிகாரத்தைப் பார்த்தான். பஸ் பிடித்துப் போனால் ஒன்றரை மணி நேரம் லேட்டாகி விடும். தாஸ்குப்தா கோபித்துக்கொள்வான். இன்றைக்கு அந்த டெண்டர் போயாக வேண்டும். எப்படி விட்டு விட்டுப் போவது? நான் என்ன செய்ய முடியும்?

ரெயில்வே போலீஸ்காரர்கள் இரண்டு பேர் கக்கத்தில் குச்சி வைத்துக்கொண்டு, மெள்ள நடந்து வந்தனர். சாமிநாதன் மறுபடி இருப்புப் பாதையைக் கடந்து அருகே சென்றான். வந்தவர்களில் ஒருவன் குச்சியால் புரட்டி, கழுத்தடியில் ரத்தத்தைப் பார்த்து, 'ஹா! மேலா' என்றான். சாமிநாதனை ஏற இறங்கப் பார்த்து, 'துலா மாஹித் ஆஹே ஹா! கோன் ஆஹே?' என்றான்.

சாமிநாதன் 'நாஹி' என்றான். தொடர்ந்து மராத்தியில், 'பின் ஏன் இங்கு நிற்கிறாய்? உன் வேலையைப் பார்த்துக்கொண்டு போ' என்றான் போலீஸ்காரன்.

போலீஸ்காரன் கீழே கிடந்தவனின் சட்டை, பாண்ட், பைகளை ஆராய்ந்தான். காலி.

'ஸாலா எல்லோரும் பாதகர்கள். பெற்ற தாயைக் கூடத் திருடுவார்கள். செத்த பிணத்திடம் திருடியிருக்கிறார்கள். பர்ஸ் இல்லாமல் எப்படி அடையாளம் கண்டுபிடிப்பதாம்?'

இப்போது இருவரும் முழு உடலையும் புரட்டியதில் முதுகுப்புறம் முழுவதும் ரத்தத்தில் நனைந்திருப்பதைப் பார்த்து, சாமிநாதனுக்குத் தலை சுற்றியது. அழுக்காக உடையணிந்திருந்த ரயிலதிகாரி வந்து கீழே பார்த்துக்கொண்டு விரைவாகப் பேசினார். மூவரும் படக்கென்று தீர்மானித்து ஸ்டேஷன் பிளாட்பாரத்தை நோக்கி நடந்தார்கள். போகும்போது தேடுவது போல கீழே உன்னிப்பாகக் கவனித்துக்கொண்டே சென்றார்கள்.

சாமி சற்று நேரம் தனியாக இருந்தான். உடல் அசையவே இல்லை. ரயில் வண்டிகள் உற்சாகமாகக் கடந்து சென்றுகொண்டிருந்தன. அடைப்பட்ட பாதை கூடத் தெளிந்து விட்டது. ஒரு சினிமா போஸ்டரில் ஸ்ரீதேவி லேசாக அசைந்து நகர்ந்துகொண்டிருந்தாள். டபுள் டக்கரின் மணி சத்தம் கேட்டது. வெகு தூரத்துக் கட்டடத்தில் பட்டம் விட்டுக்கொண்டிருந்தார்கள். இரும்புப் பாதையில் ரயில் உராயும் சத்தம் கேட்டது. சிக்னல் விளக்கு அடிக்கடி மனம் மாறியது.

சாமிநாதன் லெவல் கிராஸிங்கை நோக்கிச் சுவரோடு நடந்தான். சுவற்றில் சிவப்பு இதயங்களும், 'ஸி ஐ லீ யூ' என்றும், ராஜீவ் காந்தி என்றும் 'ஸ்டூடன்ஸ் ஆஃப் எஸ்.எஸ்.ஸீ. காலேஜ் ன் ஸ்ட்ரைக்' என்றும் கசிந்த எழுத்துகளின் ஊடே, மல மூத்திரங்கள் காய்ந்த நாற்றம் மூக்கைத் தாக்கியது. சாமிநாதன் எதிர்ப் பக்கம் போகலாம் என யோசித்தபோது, அந்த பர்ஸைப் பார்த்தான். சுவரோரமாகப் புதரில் கிடந்தது. சாமிநாதன் அதை எடுத்துப் பிரித்தான். 'வித் பெஸ்ட் காம்ப்ளிமெண்ட்ஸ் ஃப்ரம் மீனாட்சி ஸ்டோர்ஸ், மாதுங்கா.'

அவன்தான்! அவனுடையதுதான் பர்ஸ்!

ப்ளாஸ்டிக் சன்னலில் கார்டு செருகியிருந்தது. ஏ.வி. செந்தில் மார், ஆபீஸ் அஸிஸ்டன்ட், பேட்கர் ரோடில் கம்பெனி விலாசம் இருந்தது. பின்பக்கம் மாதுங்கா கிங்ஸ் கிராஸ் அருகில் வீட்டு விலாசம் கொடுத்திருந்தது. டப்பா கேமராவில் வெளிச்சம் பற்றாமல் எடுத்த போட்டோவில் ஒரு பெண் மண்டை மேல் ரிப்பன் வைத்த குழந்தையுடன் நின்றுகொண்டிருந்தாள். விபூதிப் பொட்டலமும் வெஸ்டர்ன் ரயில்வே பாஸும் இருந்தன. காசு இல்லை. விலாசம் கிடைத்து விட்டது. சாமிநாதன் சற்று நேரம் யோசித்தான். பின்னால் பார்த்தான். தூரத்தில் தண்டவாளத் தருகில் சிலர் கான்வாஸ் ஸ்ட்ரெச்சர் கொண்டுவந்து செந்தில் குமாரனை எடுத்துக்கொண்டு சென்றார்கள். சாமிநாதன் ஸ்டேஷன் நோக்கி நடந்தான்.

தாஸ்குப்தா சத்தம் போடுவான். பன்னிரண்டு மணிக்குள் ஆபீஸ் போய்ச் சேரவில்லையெனில் டெண்டர் போகாது. வேலை போய் விடும். போலீஸ்காரர்கள் உடனே விட்டு விடுவார்களா என்ன? கேள்வி கேட்க, அல்லது ஸிட்டி போலீஸ் வர எதற்காவது காத்திருக்க வேண்டும். இன்று முழுவதும் இங்கேயே மாட்டிக் கொண்டு விட்டால் ஆபீசில் தாட்சணியம் பார்க்காமல் துரத்தி விடுவார்கள். அவர்களுக்கு செந்தில் குமாரை விட தலூஜா காண்ட்ராக்ட் முக்கியம்.

பிளாட்பாரத்தில் ஏறும்போது அவர்கள் உடலை ஓரமான ஓர் அறையில் வைத்து விட்டு, கதவைச் சாத்திக்கொண்டு செல்வதைப் பார்த்தான். சாமிநாதன் கிட்டே சென்று எட்டிப் பார்த்தான். பாதி இருட்டில் செந்தில் குமார் தரையில் கிடத்தப் பட்டிருந்தான். அந்த பாக்ஸ் கேமரா மனைவி தொடர்கதை

படித்துக்கொண்டிருப்பாளா? குழந்தையைப் பள்ளிக்கு அனுப் பிக்கொண்டிருப்பாளா? மணி கோத்துக்கொண்டிருப்பாளா? வம்பா, துணி உலர்த்தலா, ரேடியோவா? பெண்ணே, உனக்கு நிறைய அழுகை காத்திருக்கிறது.

சாமிநாதன் அந்த பர்ஸை சன்னல் வழியே உள்ளே எறிந்தான். அது கிடந்தவன் மார்பில் பட்டுப் பக்கத்தில் சரிந்து முழங்கை அருகே மாட்டிக்கொண்டது. செந்தில் குமார் லேசாகப் புன்னகை செய்வது போலிருந்தது. சாமிநாதன் பயந்து போய் விரைவாக அந்த இடத்தை விட்டு விலகினான்.

தாஸ்குப்தா வாயில் சிகரெட் தொங்க பொறுமை இல்லாமல் கேட்டுக்கொண்டிருந்தான்.

'சரி, சரி, பம்பாயின் ஜனத் தொகையில் ஒரு மதராஸி குறைந்தான்! டெண்டர் இரண்டு மணிக்குள் போக வேண்டும். அடித்து முடித்து விடுவாயா?'

'முடியும்' என்றான். தாஸ்குப்தா போனதும் சன்னல் வழியாக வெளியே பார்த்தான். நாரிமன் பாயின்ட் கான்க்ரீட் கால்களைச் சமுத்திரத்தில் பதித்துக்கொண்டிருந்தது. தூரத்துக் கரும் பச்சையில் ஒரு வெண் பறவை மிதந்தது. சாமிநாதன் டைப்ரைட்டருக்கு வந்து டெண்டர் அடிக்கும்போது Flood Gateக்கு பதிலாக Blood Gate என்று அடித்தான்.

மதிய இடைவேளையில் லிஃப்டில் இறங்கி மெள்ள நடக்கையில் ஒபராய் டவர்ஸின் வாசலில் ஓர் ஆஜானுபாகு காத்திருக்கும் கார்களை விசிலடித்துக் கூப்பிட, போக்குவரத்துத் தீவில் ஒருவன் காக்கை வலிப்பால் சொடுக்கிக்கொண்டிருந்தான். அவன் வாயில் நுரை தெரிந்தது. ஆயிரம் கார்கள் கடந்து சென்றன. சாமிநாதனுக்கு உட்லண்ட்ஸில் நம்பர் கொடுத்தார்கள். பசி இல்லாமல் வெளியே வந்து மராட்டியில் பாவ்பாஜி விற்றுக்கொண்டிருந்த மலையாளியிடம் காப்பி வாங்கிச் சாப்பிட்டான். வலிப்புக்காரன் இப்போது எழுந்து பிரமிப்புடன் இடுப்பு வேஷ்டியைச் சரி செய்துகொண்டிருந்தான். அவனைக் கைவாகு கொடுத்து எங்கே அழைத்துச் செல்வது?

'செந்தில்குமார்! செந்தில்குமார்! நீ யாரப்பா?'

திரும்ப அலுவலகத்துக்குச் சென்றபோது, ஐரீன் மெல்லிய விரல்களின் இடையில் சிகரெட்டு பிடித்துக்கொண்டிருந்தாள்.

'ஸ்வாமி! பி என் ஏன்ஜல். வில் யூ டைப் திஸ் ஃபார் மீ' என்றாள்.

'ஐ நாட் இன் எ மூட் ஜரீன். இந்த டெண்டரை டைப் பண்ணியதும் வீட்டுக்குப் போகிறேன்' என்றான்.

'உடம்பு சரியில்லையா?'

'இன்றைக்கு ஒரு விபத்தைப் பார்த்தேன்.'

அவள் முழு சிகரெட்டும் சாம்பலாகும் வரை சொன்னான். 'அந்தப் பெண்ணுக்குச் சேதியைக் கேட்கும்போது எப்படியிருக்கும்? அத்தனை வாழ்வும் ஒரு கணத்தில் கலைந்து போய், குழந்தையை வைத்துக்கொண்டு என்ன செய்வாள்?'

'சரி. நீ அதற்கு என்ன செய்ய முடியும்?'

'வீட்டுக்குப் போய் ஏதாவது ஆறுதலாகச் சொல்லியிருக்கலாம். கோழை போல ஓடி வந்து விட்டேன். பாழாய்ப் போன டெண்டர்.'

ஜரீன் அவன் முதுகில் தட்டி, 'நீ செய்தது சரியே. இறந்தவர்களுக்காக உயிருள்ளவர்கள் வேலையிழக்கக் கூடாது!' என்றாள்.

'ஜரீன், அவனை அறையில் கிடத்தியிருக்கும்போது இன்னும் என்னைப் பார்த்துப் புன்னகை செய்வது போலிருந்தது.'

'சொல்லாதே. எனக்குத் தூக்கம் வராது! விலாசம் இருக்கிறதல்லவா? அவன் மனைவியைப் பார்த்து ஒரு முறை பேசிவிட்டு வாயேன்.'

'என்ன சொல்வேன்?'

'இப்போது சொன்னாயே அதுவே போதும்! உன் கணவனை நான் நான்கு முறை பார்த்து ரயில் புன்னகை செய்திருக்கிறேன்... நான் கூட வரவா?'

'வேண்டாம்.'

மத்தியானம் புறப்பட்டு விட்டான். முகத்தில் காற்று விளையாட, பஸ் மெதுவாக அசைந்து அசைந்து செல்லும்போது, ஒத்திகை பார்த்துக்கொண்டான்.

'புன்னகை செய்ததைப் பற்றிச் சொன்னால் அசந்தர்ப்பமாக இருக்கும். வேறு என்ன சொல்வது? உதவி வேண்டுமா? என்று

கேட்கலாம். எந்த உதவி நான் செய்ய முடியும்? வேலை வாங்கித் தர முடியுமா? பொறுப்பேற்றுக்கொள்ள முடியுமா! பக்கத்தில் போய் மௌனமாக நின்றுகொண்டு செந்தில் குமாருக்காக ஓரிரண்டு சொட்டுக் கண்ணீர்? அதை இங்கேயே சிந்தலாமே! எதற்காக இப்போது அங்கே போகிறேன்? அட்டெண்டன்ஸ் மார்க் பண்ணுவதற்கா? இது என்ன முதலாளி வீட்டுச் சாவா?'

இந்நேரம் அந்த மனைவிக்குச் செய்தி போயிருக்குமா? அந்த அதிர்ச்சிக் கணம் முடிந்திருக்க வேண்டும். பக்கத்தில் யாராவது ஆறுதலுக்கு இருந்திருப்பார்கள்.

அண்டை வீட்டார், போலீஸ் அதிகாரி யாராவது...

சண்முகானந்தாவுக்கு எதிரே இறங்கிப் படியேறிப் பாதையைக் கடந்தான். இரக்கம் இல்லாத ரயில்கள் இன்னும் கடந்துகொண்டிருந்தன. விலாசம் ஞாபகமிருந்தது. தமிழ்ப் படத்துக்கு நான்கு பேர் 'க்யூ' அமைத்துக்கொண்டிருந்தார்கள். பள்ளிப் பிள்ளைகள் வெள்ளப் பிரவாகமாக பஸ்ஸிலிருந்து இறங்கினார்கள். படியின் அடியில் அடைந்த நிழலில் தமிழ்ப் பிள்ளைகள் விளையாடிக் கொண்டிருந்தார்கள். விலாசம் ஞாபகம் இருந்தது. மினாரைத் தேடினான்... சந்துக்குள் நான்காவது... மலைத்தான். சிக்கனமான ஃப்ளாட்டுகள் நாற்பது கொண்ட ஒரு கான்கிரீட் சிக்கல். சன்னலெங்கும் வண்ணத் துணிகள் காற்றில் ஆட வராந்தாக்களில் டிவி கம்பிகள். வாசலில் கிரிக்கெட். சுமாராக வளர்ந்த பையனிடம், 'இங்கே செந்தில் குமார் என்று...'

'மானேஜர் மானேஜர்' என்று மட்டையை வீசினான் அவன்.

மானேஜர், அறையில் டெலிபோன் பேசிக்கொண்டிருந்தார். 'ஆஹோ! ஆஹோ! ஒன் மினிட் ப்ளீஸ்.'

'ஐயம் லுக்கிங் ஃபார் ஒன் மிஸ்டர் செந்தில்குமார்.'

'ஆர் யூ ஃப்ரம் தி போலீஸ்?'

'இல்லை. அவர் மனைவியைச் சந்திக்க வேண்டும். இன்று காலை...'

அவர் அவசரமாக, 'தெரியும், இட்ஸ் எ கிரேட் டிராஜடி' என்றார்.

'அவருடைய ஃப்ளாட் நம்பர் என்ன?'

'முப்பத்து ஏழு. அங்கே போய்ப் பிரயோஜனமில்லை. அவர்கள் எல்லோரும் ஆஸ்பத்திரிக்குச் சென்றிருக்கிறார்கள்.'

'எந்த ஆஸ்பத்திரி?'

'ஸாரி, தெரியாது. போலீஸ் வந்து அழைத்துச் சென்றார்கள்.'

'அந்தப் பெண்ணுக்கு ஆறுதல் சொல்ல யாராவது...?'

'ஸாரி. எனக்கு விவரம் தெரியாது. நீங்கள் உங்கள் பெயரைக் கொடுத்து விட்டுச் செல்லுங்கள். நான் அவர்கள் திரும்பி வந்ததும் செய்தி தெரிவிக்கிறேன்.'

'இல்லை. நான் மறுபடியும் வருகிறேன்.'

'நீங்கள் உறவா?'

'இல்லை.'

'தெரிந்தவரா?'

'இல்லை. செந்தில்குமாரைப் பார்த்து நான்கு முறை புன்னகை செய்திருக்கிறேன். அவ்வளவுதான்.'

மானேஜர் சாமிநாதனை ஒரு மாதிரி பார்த்தார். டெலிபோன் மணியடித்தது.

சாமிநாதன் மெள்ள வெளியே வந்தான்.

'ஆ! மிஸ்டர் வேதாந்தம்! உங்கள் போனுக்காகத்தான் காத்திருக் கிறேன். இங்கே முப்பத்தேழாம் நம்பர் ஃப்ளாட் காலியாகிறது. மூன்றாவது மாடி, தெற்குப் பார்த்தது... இன்னும் இரண்டு தினங்களில் காலியாகி விடும். உடனே வந்து பார்க்கிறீர்களா?'

சாமிநாதன் வாசலுக்கு வந்தபோது கிரிக்கெட் சிறுவர்கள் அனைவரும் 'போல்ட்' என்று ஆரவாரித்தார்கள்.

பம்பாய், ஆகஸ்ட் 15, 1984

2
குதிரை

சிலருக்கு லாட்டரியில் பரிசு விழுகிறது. சிலரை பஸ் ஸ்டாண்டில் பிரபல டைரக்டர் பார்த்து, 'அடுத்த அமாவாசை ஷூட்டிங்குக்கு வா' என்கிறார். இப்படித் திடீரென்று தனி மனிதர்கள் தேர்ந்தெடுக்கப்படுகிறார்கள். ஏதோ ஒரு வகையில் பிரசித்தி பெறுகிறார்கள். அந்த மாதிரி நானும் பிரசித்தமானேன். என்னை ஒரு குதிரை கடித்ததால்!

'குதிரையா!' என்று வியப்புடன் கேட்கிறீர்கள் அல்லவா?

உங்களுக்குச் சொல்கிறேன். முதலில் என்னைப் பற்றி, அப்புறம் குதிரையைப் பற்றி.

என் பேர் கிருஷ்ணசாமி. அதைக் கிச்சாமி என்று சுருக்கி உங்கள் மனத்தில் ஒரு பிம்பம் ஏற்படுத்திப் பாருங்கள். அதேதான் நான். தொழில், தோற்றம் எதிலும் எந்த வகையிலும் எனக்குப் பிரத்தியேகம் கிடையாது. தினப்படி காபி குடித்து, பேப்பர் படித்து, துணி மடித்து, பஸ் பிடித்து அங்குலம் அங்குலமாக மாயும் மனித எறும்பு.

மனைவி, குழந்தை, மாமனார், வாடகை வீடு, பாத்ரூமில் பாட்டு, மண் தொட்டியில் ஒன்றிரண்டு மலர்ச் செடிகள், தவணை முறையில் ரேடியோ என்று பிரகாசமற்ற பிரஜைதான் நான், குதிரை கடிக்கும்வரை!

குதிரையும் அவ்வளவு பிரசித்தமில்லாத ஜட்கா வண்டிக் குதிரை தான். எங்கள் வீட்டிலிருந்து அகமத் ஸ்டோர்ஸுக்குப் போகும் வழியில் ஆஸ்பத்திரி இருக்கிறது. அதன் வாசலில் வழக்கம் போல இளநீர், காலி பாட்டில்கள் எல்லாம் விற்கும் இடத்துக்கு எதிரே ஒரு குதிரை லாயம் இருக்கிறது. பொதுவாக எல்லா ஆஸ்பத்திரிகளுக்கும் எதிரில் இந்த லாயம் இருப்பதை நீங்கள் கவனித்திருக்கலாம். இந்த லாயங்களில் மற்றொன்றையும் கவனித்திருக்கலாம்.

திருச்சி தென்னூர் போனாலும் பிட்ரகுண்டா போனாலும் ஒரே அமைப்பு. உயரமான கருங்கல் கம்பங்கள் மேல் ஜாக்கிரதையாக ஓடு வேய்ந்து இருக்கும். நடுவே 1938ல் ஏதோ ஓர் உள்ளூர் நாயுடு உபயத்தில் கட்டப்பட்டது என்று அறிவித்து, ஒரு தண்ணீர்த் தொட்டி இருக்கும். நகரச் சந்தடியில் ஒரு சோம்பேறித் தீவாகக் கொஞ்சம் சேணம், கொஞ்சம் லத்தி, ஈரப் புல் கலந்து நாற்ற மடிக்கும். வண்டிக்காரர்கள் சுகமாக எங்கேயோ கவனித்துக் கொண்டு உட்கார்ந்திருப்பார்கள்.

ஒன்றிரண்டு குட்டிக் குதிரைகள் தென்படும். அவை அழகாக இருக்கும். திடீரென்று குதிரைக் குட்டி உற்சாகம் பெற்று வெறி பிடித்தாற் போலப் போக்குவரத்தின் ஊடே ஓடும். இந்த மாதிரி தான் நான் சொல்லும் இடமும். அதைக் கடந்து சென்றுகொண்டி ருந்தபோது லேசாக மழை பெய்ததால் சற்று ஒதுங்கிக் குதிரைகளின் கிட்டே நடந்து போனேன். சில குதிரைகள் என்னைச் சட்டை செய்யாமல் அவ்வப்போது உடலில் எதிர்பாராத இடங்களைச் சிலிர்த்துக்கொண்டு, தெய்வமே என்று வண்டிக் காரன் கொடுத்ததை மென்றுகொண்டிருந்தன. எல்லாமே கிழட்டுக் குதிரைகள். முதுகெலும்பு தெரிய, தோள் பட்டையில் தழும்போடு கால்கள் ஜபேட் அடித்து, குதிரையா, கழுதையா என்று தீர்மானமாகச் சொல்ல முடியாத அளவுக்கு இருந்தன. அவற்றில் ஒன்று என் முழங்கையைக் கடித்துவிட்டது.

நான் நடந்துகொண்டே இருக்கும்போது முழங்கைப் பகுதியில் சிரீர் என்கிறதே என்று பார்த்தால், குதிரை கடித்து முடித்து விட்டு என்னைப் பார்த்தது. தொள தொள என்று உதடுகளுடன் சிரித்தது. நான் ஸ்ஸ்ஸ்ஸ் என்று முழங்கையைப் பார்த்துக்கொண்டே குதிரைக்காரனைத் தேடினால் காணவில்லை. ஒரே ஒரு பையன் எங்கோ பார்த்துக்கொண்டு நின்றான்.

மறுபடி கடித்து விடப் போகிறதோ என்று விலகி வந்து காலை வெளிச்சத்தில் காயத்தை ஆராய்ந்தேன். லேசாகப் பல்லும் பட்டிருந்தது.

கிழட்டுக் குதிரையாதலால் பல் ஒன்றும் கூராக இல்லையென்றாலும் ரத்தம் தெரிந்தது. குதிரையை முறைத்துப் பார்த்தேன்.

அது ஒன்றும் நிகழவில்லையே என்பது போல என் மேல் சுவாரசியம் விலகிப் போய் எதையோ மென்றுகொண்டிருந்தது. என்னை யாரும் பார்க்கவில்லை. 'ச்சே?' என்று பொதுப்படையாகத் திட்டி விட்டு, அடிக்கடி காயத்தைப் பார்த்துக்கொண்டே டெட்டால் போட்டு அலம்பி, களிம்பு தடவ வேண்டும் என்று எண்ணியபடி வீட்டுக்கு விரைந்தேன்.

என் மனைவி வாசலில் வேடிக்கை பார்த்துக்கொண்டிருந்தாள். கடைக்குப் போன கணவன் குதிரை கடித்து இத்தனை சீக்கிரம் திரும்பி வருவான் என்று எதிர்பார்க்கவில்லை. 'என்ன வந்துட்டீங்க? அகமத் ஸ்டோர் மூடியிருக்கா?'

'இல்லை; வர வழியிலே...'

'என்ன ஆச்சு? என்ன கையில?'

'உள்ளே வாயேன், சொல்றேன்.'

'என்ன ஆச்சு? விழுந்துட்டீங்களா?'

'இல்லை ஆஸ்பத்திரிக்கு எதிர்லே குதிரை லாயம் இருக்கு பாரு. அது வழியா நடக்கறபோது ஒரு குதிரை கடிச்சுருச்சு.'

'என்னது, குதிரையா!'

'ஆமாம்.'

'கடிச்சுதா?' மாமனார் உள்ளே வர, 'அப்பா, குதிரை எங்கே யாவது கடிக்குமா?' என்று அவரிடம் கேள்வி.

'எதை?'

'மனுஷாளைப்பா!'

'சேச்சே.'

'இதோ உங்க மாப்பிள்ளையைக் கடிச்சிருக்கு.'

'அப்படியா, ஆச்சரியமா இருக்கே! என்ன மாப்பிள்ளை, ஏதாவது அதைப் போய்ச் சீண்டனம் பண்ணேளா?'

'இல்லே ஸார், அந்தப் பக்கமா நடந்து போயிண்டிருந்தபோது லபக்குன்னு கவ்விடுத்து.'

'குதிரை லாயத்துக்கெல்லாம் எங்கே போறேள்? கல்யாணி நீ ஏதாவது வண்டி கொண்டு வரச் சொன்னையா?'

'இல்லைப்பா. ஸ்டவ் திரி வாங்கிண்டு வர அகமத் ஸ்டோருக்கு அனுப்பிச்சேன். எதுக்கு நீங்க குதிரை கிட்டெல்லாம் போறேள்? ஐயோ நன்னாப் பல்லுப் பட்டிருக்கே! ஏதாவது விஷப் பல்லா இருந்துடப் போறது. அப்பா இதைப் பாருங்க.'

மாமனார் கிட்ட வந்து பார்த்து, 'கன்னித்தான் போயிருக்கு மாப் பிள்ளை, நீங்க எதுக்கும் ராயர்கிட்டக் கொண்டு காட்டிடுங்கோ. கல்யாணி அழைச்சுண்டு போயிடு. ஜட்கா வண்டிக் குதிரையா?'

'ஆமாம்.'

சற்று யோசித்து, 'ஜட்கா வண்டிக் குதிரை கடிக்காதே!' என்றார். ஜட்கா வண்டி குதிரைகளில் டாக்டர் பட்டம் வாங்கினவர் போல.

'இந்தக் குதிரை கடிச்சுது ஸார், என்ன பண்ண?' என்றேன்.

'இவருக்கு மட்டும் எல்லாம் ஆகும்பா. கணுக்கால் அளவு தண்ணீர் போதும் இவருக்கு. முழுகிப் போயிடுவார். இப்படித்தான் திருச்சிராப்பள்ளியில் உய்யக் கொண்டான் வாய்க்கால்லே...'

'சரிதான், நீ ஆரம்பிக்காதே' என்று அதட்டினேன்.

'எதுக்கும் டாக்டர் ராவ் கிட்டக் கொண்டு காட்டிடறது நல்லது' என்றாள். எனக்கும் காயத்தைப் பார்த்ததில் அப்படித்தான் பட்டது. ஆனால், இதை டாக்டரிடம் எப்படிச் சொல்லப் போகிறேன் என்று கவலையாக இருந்தது.

நரஹரி ராவ் எங்கள் குடும்பத்து டாக்டர். அறுபது வயதானாலும் நல்ல ப்ராக்டிஸ். நாங்கள் போனது காலை வேளையாக இருந் தாலும் நல்ல கூட்டம். குழந்தைகளும் தாய்மார்களும் கிளார்க் குகளும் மப்ளர்க்காரர்களுமாக அடைத்துக்கொண்டு காத்திருந்

தார்கள். சின்ன இடம். அதிலே பாதி தடுத்து, நரஹரி ராவ் உள்ளே உட்கார்ந்துகொண்டு யாரையோ 'ஆ' சொல்லிக்கொண்டிருப்பது பனிக் கண்ணாடியில் குழப்பமாகத் தெரிந்தது. எங்களுக்கு உட்கார இடம் இல்லை. அடுத்த முறைப் பையன் வெளியே வந்தபோது கல்யாணி, 'இந்தாப்பா, டாக்டர் கிட்டச் சொல்லு அவசரமாய்ப் பார்க்கணும்' என்றாள்.

'எல்லாருக்குந்தாம்மா அவசரம்.'

'இல்லேப்பா, இவரைக் குதிரை கடிச்சுடுத்துப்பா! ரத்தமாகக் கொட்றது பாரு' என்றாள்.

ஆனால், இதைக் கேட்டதும் பையன் உடனே உள்ளே போய் டாக்டரிடம் சொல்ல, அவர் எட்டிப் பார்த்து, 'ஒரு நிமிஷம் கிச்சாமி!' என்றார்.

'கல்யாணி, என்ன சொன்னே? சரியாகக் காதுல விழலை, குதிரையா?'

'ஆமாம் மாமி. போயும் போயும் குதிரைகிட்டே கடிபட்டுண்டு வந்திருக்கார். என்னத்தைச் சொல்லி மாள?'

'குதிரை வளர்க்கறீங்களாம்மா?'

'அதுங்கிட்டே எதுக்குப் போனார்?'

எல்லாரும் என்னையே பார்த்தார்கள்.

'உள்ளே வாங்க கிச்சாமி' என்றார் டாக்டர். 'என்னது, குதிரை கிட்டல்லாம் போய் விளையாடிண்டு, இந்த வயசிலே?'

'டாக்டர், அது வந்து, ஆஸ்பத்திரிக்கு எதிர்த்தாப்பலே நடந்து போயிண்டிருந்தேனா?' டாக்டரிடம் என் கதையைத் தணிந்த குரலில் சொன்னேன். 'டாக்டர் அதுக்கு ஏதாவது விஷப் பல்லு இருக்குமா?' என்றாள் கல்யாணி இடையே.

'தெரியலேம்மா, இருக்காதுதான். ஆனால், கல்யாணி நானும் இதே மில் கார்னர்ல முப்பது வருஷமா ப்ராக்டிஸ் பண்ணிட்டி ருக்கேன். குதிரை கடிச்ச கேஸை இப்பத்தான் முதல்லே பாக்கறேன்' என்றார்.

'என்ன பண்றது டாக்டர்? ஆக்ஸிடண்ட்டுக்குன்னே பொறந்தவர் அவர். ஸ்கூட்டர் ஓட்டக் கத்துக்கறேன்னு ஸ்கூட்டரை ஸ்டாண்டிலிருந்து எடுக்கறதுக்கு முன்னாடியே ஆக்ஸிடெண்ட் பண்ணிட்டார். தொப்புனு போட்டுண்டு கீழே விழுந்தார். கால்லே பாருங்கோ தழும்பு!'

டாக்டர் காயத்தைக் கவனித்தார்.

'வலிக்கிறதா! இருங்க, கார்ட்டரெஸ் பண்ணிடறேன்' என்று குட்டியாக இருந்த ஸ்பிரிட் அடுப்பைப் பற்ற வைத்தார். அலமாரியிலிருந்து தடிமனான ஒரு புத்தகத்தைப் பிரித்து, அதன் பின் அட்டவணையில் குதிரை, குதிரைக் கடி என்று தேடினார்.

'ம்ஹூம்! டெக்ஸ்ட் புக்லேயே இல்லை! எதுக்கும் கவலைப் படாதீங்கோ. சீட்டு எழுதிக் கொடுக்கறேன். நேரா ஆஸ்பத்திரிக்குப் போயி இன்ஜக்ஷன் ஒரு கோர்ஸை ஆரம்பிச்சுடுங்கோ, இப்பவே' என்றார்.

'அந்த இன்ஜக்ஷனை இங்கேயே போட்டுண்டலாமே டாக்டர்?'

'எங்ககிட்ட ஸீரம் கிடையாது. அதுவுமில்லாம டாக்டர் கோபி எல்லாம் தேர்ந்தவர். அவர் பார்த்துத் தேவைப்பட்டதுன்னாத் தான் ஊசி போட்டுக்கணும். இப்ப காட்டரைஸ் பண்ணி அனுப்பிச்சுடறேன்' என்று சொல்லி விட்டுக் கொஞ்ச நேரம் சிரித்து விட்டு, 'குதிரை' என்று தமக்குள் சொல்லிக்கொண்டு, 'டாக்டர் கோபிக்கு லெட்டர் குடுக்கறேன். உடனே போங்கள்' என்றார்.

ஆஸ்பத்திரியை நோக்கி நடக்கும்போது ஒரு மாடு கிழிசல் பனியனை மென்றுகொண்டிருந்தது. 'பாத்து வாங்கோ. இது வேற கடிச்சு வெக்கப் போறது' என்றாள் கல்யாணி.

'என்ன கல்யாணி சொல்றே? வேணும்னுட்டாக் கடிச்சுப்பா?'

'வேணுமோ வேணாமோ, நம்மாத்திலே மட்டும்தான் இந்த மாதிரியெல்லாம் நடக்கிறது. டாக்டர் சொன்னார் பாருங்கோ.'

'எல்லாம் எனக்குக் கேட்டுது. இத பாரு, குதிரை கடிக்காதுதான். என்னைக் கடிச்சுடுத்து. என்ன பண்ணச் சொல்றே? ஏன் கடிச்சேன்னு வேணா விசாரிச்சுண்டு வரட்டுமா?'

'வேண்டாம். மறுபடி கடிச்சு வெக்கப் போறது. கடிக்கறதுன்னா அந்தப் பக்கம் ஏன் போகணுங்கறேன்?'

'குதிரை கடிக்கும்னு யாருக்குடி தெரியும் மூதேவி?'

நடு ரோட்டில் எங்களை வேடிக்கைப் பார்க்கக் கூட்டம் கூடி விடவே நாங்கள் கலைந்து நடந்தோம். ஆஸ்பத்திரியில் டாக்டர் கோபிநாத்தைத் தேடிக்கொண்டு சென்றேன். நீண்ட பெஞ்சு போட்டுப் பல பேர் உட்கார்ந்திருந்தார்கள். கல்யாணி இங்கே வந்து, 'குதிரை கடித்து விட்டது' என்று இரைந்து கூறிச் சலுகை கேட்கப் போகிறாளே என்று பயமாக இருந்தது. ஆனால் கல்யாணி பேசாமல்தான் உட்கார்ந்தாள். அங்கே உட்கார்ந்திருந் தவர்களை விசாரித்ததில் பெரும்பாலோர் நாய்க்கடிகாரர்கள் என்று தெரிந்தது. அங்கங்கே ஒன்றிரண்டு எலி, தேள் இருந்தன. எல்லாருடைய சீட்டுகளிலும் நாய், நாய் என்றுதான் எழுதி யிருந்தது. அங்கே இருந்த சிப்பந்தி அவற்றை அடுக்கி வைக்கப் போகும்போது என் சீட்டைப் பார்த்து மட்டும் தயங்கினார்.

'குதிரை? இங்கே யாருப்பா கிருஷ்ணசாமி?'

'கிருஷ்ணசாமி நான்தான்' என்றேன்.

'உங்க சீட்டில் தப்பாய்ப் போட்டிருக்கு, நாய்னு கொஞ்சம் திருத்திக் குடுக்கறீங்களா?'

'இல்லை ஸார், என்னைக் குதிரைதான் கடிச்சிருக்கு.'

இப்போது அத்தனைபேரும் திகைத்துப் போய் என்னைப் பார்க்க, சிப்பந்தி உடனே உள்ளே போய்க் கோபிநாத்திடம் சொல்ல, 'கூப்பிடு அவரை முதல்லே' என்றார்.

'வாங்க, உட்காருங்க. ராயர் போன் பண்ணிச் சொன்னார். நீங்க தானா அது? குதிரை எங்கே கடிச்சுது உங்களை?' என்று விசாரித் தார்.

'ஆஸ்பத்திரிக்கு எதிர்த்தாப்பலே ஸ்டாண்டு இல்லை? அங்கே.'

'அதைக் கேக்கலை. உடம்பில எந்தப் பாகத்திலே?'

நான் என் கைச் சட்டையை வழித்துக் காட்டினேன். 'காட்டரைஸ் பண்ணினாரா?' என்று அலமாரியிலிருந்து தடியான புத்தகம் ஒன்றை எடுத்தார்.

'அந்தப் புத்தகத்தில் 'குதிரைக் கடி' கிடையாது டாக்டர்' என்றாள் கல்யாணி.

'எப்படிச் சொல்றீங்க?'

'டாக்டர் ராவ் பார்த்துட்டார்.'

'மிஸ்டர் கிருஷ்ணசாமி ஒண்ணு பண்ணலாம். நான் குதிரை கடிச்ச கேஸை இதுவரை ட்ரீட் பண்ணதே இல்லை. எதுக்கு ரிஸ்க் எடுத்துக்கணும்? ஒரு ஷார்ட் கோர்ஸ் ஆரம்பிக்கறேன். சப்யூட் டேனியஸ்ஸா...'

'டாக்டர், உயிருக்கு ஆபத்து எதுவும் இல்லையே?'

'சேச்சே! பயப்படாதீங்கம்மா, மிஸ்டர் கிருஷ்ணசாமி! எதுக்கும் ரெண்டு மூணு நாளைக்கு அந்தக் குதிரையை வாட்ச் பண்ணிக்கிட்டு இருங்க. செத்துக் கித்து வெக்குதான்னு? எந்தக் குதிரை கடிச்சுது. ஞாபகம் இருக்குமோல்லியோ?'

'ம்' என்றேன் சந்தேகமாக.

'மூணு நாளைக்கு எதுக்குப் பார்க்கணும்?' என்றாள் கல்யாணி.

'அதுக்கு வெறி கிறி ஏதாவது பிடிச்சிருந்தா செத்துப் போயிடும். அது உயிரோட இருந்தா கவலை இல்லை. எதுக்கும் பயப் படாதீங்க. ரிஸ்க் எடுத்துக்காம, கோர்ஸை ஆரம்பிச்சுடறேன். தினம் காலை இந்த வேளைக்கே வந்துடுங்க. என்ன?'

'பகவானே என்ன சோதனை பாத்தீங்களா?' என்று புலம்பிக் கொண்டே வெளியே வந்தாள் கல்யாணி. வந்ததும் அங்கே உட்கார்ந்திருந்தவர்களிடம் சட்டென்று பேச்சு நின்று போய் ஒரு சிலர் உள்ளங்கையால் வாயை மறைத்துக்கொண்டு என்னைக் காட்டிப் பேசுவதைக் கவனித்தேன். முதுகில்கூட அவர்களது பார்வை பட்டது.

திடீரென்று திரும்பி, 'குதிரை கடிச்சா என்னய்யா?' என்று சத்தமாகக் கேட்க நினைத்தேன்.

ஆஸ்பத்திரியை விட்டு வெளியே போகும்போதே குதிரையை ஒரு நடை விசாரித்து விட வேண்டும் என்று கல்யாணி சொன்னாள். எனக்கு அது தேவையாகப் படவில்லை. இருந்தும் மறுபடி அங்கே போனோம்.

‘குதிரையை ஞாபகம் இருக்கோல்லியோ?’ என்றாள்.

‘இருக்குன்னு நெனைக்கிறேன். நெத்தில டைமன் ஷேப்புக்கு வெள்ளையா ஒரு திட்டு இருந்ததா ஞாபகம்.’

லாயத்துக்குப் போனபோது ஏறக்குறையக் காலியாக இருந்தது. சிறுவன் மட்டும் காலை ஆட்டிக்கொண்டு பாட்டுக் கேட்டுக் கொண்டிருந்தான். ‘ஏம்பா எல்லா குதிரையும் எங்கே?’

‘எல்லாம் சவாரி போயிருக்குதுங்க. கொஞ்சம் இருங்க. வந்துடும். பாடி கொடுத்துட்டாங்களா?’

‘பாடியா?’

‘இவன் என்ன சொல்றான்?’ என்றாள் கல்யாணி.

‘ஏம்பா, இந்த இடத்தில எத்தனை குதிரை இருக்குது?’

‘ஏங்க, ஏதாவது எலக்சனா? குதிரைச் சின்னத்தில் நிக்கறீங்களா? ஊர்கோலம் போகணுமா? எத்தனை குதிரை வேணும்?’

‘ஒரே ஒரு குதிரைதாம்பா, நெத்தில டைமண்ட் மாதிரி இருக்கும்.’

‘கரீம்பாய் குதிரையைச் சொல்றீங்க. இதோ இப்ப வந்து டுங்க,கபர்ஸ்தான் போயிருக்குது!’

‘அது உயிரோட இருக்கில்லே?’

‘இல்லாம, பின்னே?’

‘நல்லது’ என்று புறப்பட்டு வந்துவிட்டோம்.

‘தினம் ஆஸ்பத்திரிக்கு வருகிற வழியில் ஒரு விசை குதிரையை விசாரிச்சுண்டு வந்துடுங்கோ’ என்றாள் கல்யாணி.

மறுதினம் ஆஸ்பத்திரிக்குப் போகிற வழியில் என்னைக் கடித்த குதிரையை மறுபடி சந்தித்தேன். அந்தப் பையன், ‘கரீம்பாய்! கல் பூச்சானா ஓ ஆத்மி ஆயா’ என்றான்.

கரீம்பாய்க்குக் காலையிலேயே கண்கள் கலங்கியிருந்தன. என்னைப் பார்த்து, ‘என்ன சாமி, நம்ம சுல்தானைப் பத்தி விசாரிச்சீங்களாமே?’ என்றான். நான் கிட்டப் போய் பார்த்ததில்,

என்னைக் கடித்த குதிரை அதுதான் என்று தெரிந்து போய்விட்டது.

'பாய் இந்தக் குதிரை நல்லாத்தானே இருக்கு! உயிரோடதானே இருக்கு?'

சேணம் எல்லாம் கழற்றிப் போட்டு எண்ணெய் தேய்த்துக் கொள்வதற்கு முன்பிருக்கும் நங்கை போல இருந்தது.

'ஏன் சாமி?'

'நேத்திக்கு இது என்னைக் கடிச்சிடுச்சுப்பா. குதிரை உயிரோடதான் இருக்கான்னு தினம் பார்க்கச் சொல்லியிருக்கார் டாக்டர்.'

'கடிச்சுதா? அதெல்லாம் செய்ய மாட்டானே நம்ம சுல்தான்! க்யூன் சுல்தான்! ஸாப்கோ காட்டா?'

குதிரை, 'ஹிர்ர்' என்றது.

'ரேக்ளா ரேஸ்ல எல்லாம் பிரைஸ் வாங்கிருக்கு. க்யூன் சுல்தான்!'

'பி ஹிர்ர்.'

'ஏதோ சௌக்கியமா இருந்தா சரி. இதோ பார், முழங்கையைக் கடிச்சுடுச்சு. தினப்படி ஊசி போட்டுக்க வேண்டியிருக்கு. குதிரையைக் கட்டுப்படுத்தி வெச்சுக்கக் கூடாதாப்பா?'

'ஊசி போட்டுக்கறியா?' என்று சுல்தான் போலவே சிரித்தான்.

'எதுக்கு? குதிரை கடிச்சதுக்கு? இத பாரு!' என்று தன் கைகளைக் காண்பித்தான்.

'எத்தனை முறை புல் கொடுக்கறப்ப, கொள்ளு கொடுக்கறப்ப, சுல்தான் என்னைக் கடிச்சிருக்கான் தெரியுமா? ஊசியா போட்டுக்கிட்டேன்? க்யூன் சுல்தான்!'

எதற்கும் நான் ரிஸ்க் எடுத்துக்கொள்ளவில்லை. ஆஸ்பத்திரிக்குப் போகும் போதெல்லாம் சிப்பந்திகள் 'குதிரைக்காரர் வந்துட்டாரு' என்று பேசிக்கொண்டாலும், எதிர் வார்டிலிருந்து நண்பர்களை எல்லாம் கூட்டி வந்து என்னைக் காட்டினாலும்,

வீட்டில் கல்யாணியின் பல உறவினர்கள் பேருக்குப் பேர், 'குதிரை கடிச்சுடுத்தாமே?' என்று விசாரித்தாலும், மதிக்காமல் பிடிவாதமாகச் சிகிச்சைக்குச் சென்றேன். சில நாள்களில் காயம் ஆறி விட்டது. ஆனால், அந்தச் சம்பவத்துக்குப் பின் என் பெயர் மாறி விட்டது 'குதிரைக் கிச்சாமி' என்று.

ஊருக்கு ஊர் கிச்சாமி இருக்கிறார்கள். ஆனால், நாட்டில் ஒரே ஒரு 'குதிரைக் கிச்சாமி' நான்தான் என்பதில் ஓர் அற்பச் சந்தோஷம்.

கலைமகள், தீபாவளி மலர், 1983

3

அரை வைத்தியன்

'சந்திர பிரபா நர்ஸிங் ஹோம்' என்ற பெயர்ப் பலகை. சீனிவாசராவ் எம்பிபிஎஸ் பட்டம் வாங்கிய போது எழுதியிருக்கவேண்டும். முப்பத்தாறு மாரிக் காலங்களின் துரு மூஞ்சியும் எழுத்துச் சேதமும் பெற்றுவிட்ட அந்தப் பலகைக்கு நாற்பது வாட் பல்பு உதவி செய்யவில்லை. சீனிவாசராவைக் கேட்டால், 'நல்ல டாக்டருக்கு போர்டு தேவை யில்லை' என்பார்.

நல்ல டாக்டர் என்று எந்தவிதத்தில் சனங்கள் ஒப்புக் கொள்கிறார்கள் என்பது முன் அறையில் வீற்றிருந்த ரவிபிரகாஷுக்கு வியப்பு. அவனைக் கேட்டால் 'சீ.ராவைப் போல கிராதகன் கிடையாது' என்று சத்தியம் பண்ணுவான். கைராசியாம். நான்சென்ஸ்.

இன்றைக்கு ராத்திரி ரவிபிரகாஷ் ராஜினாமா கடிதம் கொடுக்கத் தீர்மானித்துவிட்டான். கிழவரிடம் பயிற்சி டாக்டராக இருந்து எதுவும் கற்றுக்கொள்ள முடியாது. எது சொன்னாலும் குற்றம். எது செய் தாலும் குற்றம். புதிதாகப் படித்து விட்டு வருகிறவர் களுக்கெல்லாம் 'ஸ்டெத்தின்' சரியான முனை கூடத் தெரியாது.

'இன்ஜெக்ஷன் குத்துகிறாயா, பச்சை குத்து கிறாயா?'

‘கதவை இப்படி ஓங்கிச் சாத்தினால் நீ எப்படி ஒரு நல்ல டாக்டராக வர முடியும்? ஒரு நல்ல டாக்டருக்கு நிதானம் வேண்டும்.’

‘உன் படிப்பு எனக்குத் தெரியும். நீ எப்படி பாஸ் பண்ணிவிட்டு வந்திருக்கிறாய் என்பதும் தெரியும். உன் போன்றவர்களிடம் என் பேஷண்டுகளை ஒப்படைக்க விருப்பமில்லை.’

வந்ததே தப்பு. அப்பாதான் வற்புறுத்தி அனுப்பி வைத்தார். ‘சொந்தமாக கிளினிக் ஆரம்பிப்பதற்கு முன் இவரிடம் இரு, நல்ல டாக்டர்’ என்று. ‘ம்ஹூம் இந்த மனுஷனிடம் மூன்று மாதம் கூடத் தாங்க முடியாது. வருகிறார் பார்.’

ரவி கடிதத்தை நிறுத்திக்கொண்டான். டாக்டர் வந்ததற்கு எழுந்திருக்கவில்லை.

‘ரவி, ராத்திரி ட்யூட்டியா?’

‘ஆமாம்.’

‘என்ன எழுதிக்கிட்டிருந்தே?’

‘ராஜினாமா கடிதம்.’

‘நான் ஒரு கல்யாண ரிஸப்ஷன் போயிட்டுச் சாப்பிட்டு விட்டுத் திரும்பி வர ஒன்பது, ஒன்பதரை ஆகும். பார்த்துப்ப இல்லை?’

ரவி அவரை நேராகப் பார்த்தான். ‘டாக்டர் நான் சொன்னதை நீங்க கவனிக்கவில்லையா?’

‘ராஜினாமாதானே? கவனிச்சேன். கன் இட் வெயிட்டிங்டுமாரோ?’

‘எஸ் பட்...’ கரு நீல ஷூட் போட்டுக்கொண்டு கோட்டில் ரோஜா செருகிக் கிழத்துக்கு என்ன அலங்காரம்? ஒரு முடி கிடையாது. விளாம்பழத் தலை. பொய்ப் பல். என்ன வயசு இருக்கும்? நூறா?

‘எதுக்காக ரிஸைன் பண்ணணும்? நாட் தட் ஐ கேர் டெரிப்ளி.’

‘சம்பளம் போதாது டாக்டர். ஒரு முழு டாக்டருக்கு...’

‘த பாரு, நீ இன்னும் முழு டாக்டர் இல்லை. நான் கொடுக்கறது சம்பளமும் இல்லை. ஹானரேரியம். பார்க்கப் போனா

எங்கிட்ட தொழில் கத்துக்கறதுக்கு நீ எனக்குப் பணம் கொடுக்கணும். உங்க அப்பா தெரிஞ்சவர். அதனால் உன்னைச் சகிச்சுக்கறேன்.'

'ஸாரி. நான் உங்ககிட்ட எதுவும் கத்துக்க முடியும்னு தோணலை. ஸிரிஞ்ச் ஸ்டெரிலைஸ் பண்றதைத் தவிர வேற எதும் உருப்படியாகச் செய்யலை. ஐம் வேஸ்டிங் மை டைம் ஹியர். நான் என்ன செஞ்சாலும் குற்றம் சொல்றீங்க.'

'எங்கிட்ட ரெண்டு வருஷமாவது இருந்தாத்தான் தொழில் கத்துக்க முடியும்.'

'அதுக்கு எனக்குப் பொறுமை இல்லை டாக்டர்.'

'ஓகே. ராஜினாமா! நாளை வரை தாங்கலாமில்லை? உனக்குக் கொடுக்க வேண்டிய சம்பளத்தில அன்னிக்குக் கண்ணாடி சன்னலை உடைச்ச பாரு. அதுக்குக் கழிச்சிட்டுப் பாக்கியைத் தரச் சொல்றேன்.'

'வேண்டாம் டாக்டர். சம்பளமே வேண்டாம். ஆளை விட்டால் போதும்.'

'ஓ யெஸ்! உனக்குப் பணம் அவ்வளவு பெரிசில்லைதானே? பணம் கொடுத்து அட்மிஷன் வாங்கி, பணம் கொடுத்து பாஸ் பண்ணி...'

சிரித்துக்கொண்டு சென்றவரை துப்பாக்கி இருந்தால் சுட்டிருப்பான். பதிலாக, 'பாஸ்டர்ட்' என்று உரக்கவே கத்தினான். கேட்டிருக்கும். கேட்கட்டும்.

காரை நிதானமாக, தானே ஓட்டிக்கொண்டு சென்றது கிழம். ரவி சிகரெட் பற்ற வைத்துக்கொண்டான்.

'பேஷண்டுகளுக்கு முன்னால் சிகரெட் பிடிக்கறது கெட்ட பழக்கம். டாக்டரின் நாற்காலியில் உட்கார்ந்து அதை ஆக்ரோஷமாகச் சுற்றினான். கண்ணாடி அலமாரிகளையெல்லாம் உடைக்க வேண்டும் போலிருந்தது.

'ஐயையோ, என்ன டாக்டர் சிகரெட்?' ரமாமணி கண்களில் பயத்துடன் உள்ளே பார்த்துக்கொண்டே நுழைந்தாள்.

'ஸோ வாட் ரமா! நாளைக்கு இந்தக் கிராதகன் கிட்டருந்து விடுதலை. ரிஸிக்னேஷன்!'

'ஏன் டாக்டர்?' என்று அவன் அருகில் ஆஷ் ட்ரேயைக் கொண்டு வந்து வைத்தாள்.

'இந்த மனுஷனோட யாரால இருக்க முடியும் சொல்லு?' ரமா மௌனமாக இருக்க, அலமாரி மருந்துகளை அலட்சியமாக ஆராய்ந்துகொண்டே, '1950க்கு அப்புறம் மருந்தே கிடையாது. புதுசா வர்றவனுக்கு விஷயம் தெரியும்னு ஒரு மரியாதை கிடையாது. அன்னிக்கு ஒரு ஹெர்னியா பண்ணாரில்லை? முதல்ல எம்பிபிஎஸ்ஸை வெச்சுக்கிட்டு ஸர்ஜரி பண்றதே தப்பு. பேஷண்ட் இஸ் ஆன் கார்ட்டிஸோல்ன்னு தெரியாம பெரிஃபரல் அடாக்ஸியா வந்துருச்சு. இவர் பாட்டுக்கு ஆப்பரேஷன் செய்துகிட்டு இருக்காரு. நான் பார்த்துச் சொல்லலைன்னா ஆளு க்ளோஸ். இவன்லாம் டாக்டர்.'

'நானும்தானே கூட இருந்தேன். சமாளிச்சுட்டாரே.'

'என்ன சமாளிச்சார்? குருட்டு அதிர்ஷ்டம். அப்புறம் சத்தம் போடுறார். டெக்கட்ரான் எடுத்துக்குற ஆளுன்னு ஏன் சொல்லலைன்னு. புதுசா படிச்சிட்டு வந்தவனுக்கும் கொஞ்சம் தெரியலாம். அவன் சொல்றதையும் கொஞ்சம் கேக்கலாமில்லை?'

'ரிஸைன் பண்ணிட்டு எங்க போவீங்க?'

'எங்கப்பா கிளினிக் ஏற்பாடு செய்து தரப் போறார். இடம் கூடப் பார்த்தாச்சு. கிழவன்கிட்ட வந்ததே தப்பு. நான் போறம்மா.'

'ஐயோ, அப்படியெல்லாம் பேசாதிங்க டாக்டர்.'

'ஏன் கிழவன் இல்லையா அவர்? உங்களையெல்லாம் எப்படி ஏமாத்தறார் தெரியுமா? உனக்கு என்ன சம்பளம்? ஒரு ஆப்பரேஷனுக்கு ஐயாயிரம் ரூபாய் வாங்கறார். ரசீது ஆயிரத்துக்கு! உங்ககிட்டல்லாம் பன்னெண்டு மணி நேரம் வேலை வாங்கறார்.'

ரமா மௌனமாக இருக்க, ஒரு பெண்ணும் ஒரு சிறுவனும் ஓர் ஆளைக் கைத் தாங்கலாக அழைத்து வந்தார்கள். அவன் துவண்டு, எச்சிலை விழுங்கிக்கொண்டே வந்தான்.

'டாக்டர் இல்லிங்களா?'

'இவர்தான் டாக்டர். என்னம்மா?' என்றாள் ரமா.

'பாம்பு கடிச்சுருச்சுங்க.'

ரவி எழுந்து அவனருகில் சென்றான். 'கிடத்து இவரை. வாய்யா பார்க்கலாம். நகருங்க.'

ரமா சற்றுக் கலவரத்துடன் ரவியைப் பார்த்தாள். 'டா...க்டர், பெரியவருக்கு வேணா தகவல் சொல்லிக் கூப்பிட்டுரலாமா?'

'டோன்ட் பானிக்! ஐ கேன் ஹாண்டில் திஸ். இப்ப என்ன ஆயிருச்சு? யோவ் படுத்துக்க.'

கடிபட்டவன் படுக்க வைக்கப்பட்டு, 'பே பே' என்று வாய் குழறினான். அவன் கண்களில் மிகுதியாகப் பயம் தெரிந்தது. பெண் அவன் மனைவி போலும். நெற்றியைச் சுருக்கிக்கொண்டு சற்றுத் தைரியமாகத்தான் இருந்தாள். அவள் பொட்டை வியர்வை கரைத்துக்கொண்டிருக்க, பையன் 'நைனா' என்று அடிக்கடி கூப்பிட்டுக்கொண்டிருந்தான்.

'எங்க கடிச்சுது?'

'கால்லங்க' என்று அவன் வேட்டியை வழித்தான். அவனுக்கு ஞாபகம் இருந்தது. ஆனால், பேசுவதற்கு மிகவும் சிரமப் பட்டான். தசைகளைக் கட்டுப்படுத்த இயலாமல் 'தோ தோ தோப்பு' என்றான்.

'சினிமா பார்த்துட்டுக் குறுக்குப் பாதைல தோப்பாண்ட வந்திருக் காருங்க. அப்பத்தான் கொத்திருக்கணும், முள்ளுன்னு நினைச்சுக் கிட்டாராம். வீட்டுக்கு வந்து சோறு திங்க உக்காந்தா ஒரு மாதிரியாப் பார்க்கறாரு. பேச்சுக் குளறுது. கால்ல வலி, பாருங்க பல்லு பட்டிருக்கு. ஏம்மா அந்த டாக்டர் இல்லைங்களா?'

ரவிக்குக் கோபம் வந்தது.

'அந்த டாக்டர் இல்லாட்டி என்ன? இந்த டாக்டர் பார்க்க மாட்டானா?'

'அதான்' என்றாள்.

ரவி மேசை விளக்கைப் பொருத்தி, கடித்த இடத்தைப் பார்த்தான். வீங்கியிருந்தது.

'ரெண்டு தடவை வாந்தியெடுத்துட்டாருங்க.'

'எப்படிப் பாம்புக் கடின்னு சொல்றீங்க? பாம்பைப் பார்த்தானா?'

‘முதல்ல முள்ளு குத்தினதுன்னுதான் சொன்னாருங்க. அப்படித் தான் நினைச்சுக்கிட்டு வீட்டாண்டை வந்திருக்காரு. தோப் பாண்டை பாம்பு நடமாட்டம் சாஸ்தி. பல்லு பட்டிருக்கு தில்லை? ஒரு மாதிரி மயக்கமா இல்லை?’

‘நினைவு இருக்குது. ஏம்பா உம் பேரு என்ன?’

‘சா சா சா’ என்றான்.

‘சாமிக்கண்ணுங்க.’

‘பா பா பா’ என்றான்.

‘பாம்புதான் கடிச்சுதுன்னு சொல்றாரு.’ அவன் வாயில் எச்சில் வழிந்தது. அதை விரலால் விலக்க முயற்சி செய்துகொண்டி ருந்தான். கண்கள் கெஞ்சின. பயம். பயம்.

‘பயப்படாதய்யா. பெரும்பாலான பாம்புகளுக்கு விஷம் கிடையாது. பாம்புதானா பாத்தியா? பாத்தியா?’

அவன் தலையை ஆட்டினான்.

‘சிஸ்டர், ஐ டோன்ட் திங்க் இட்ஸ் பாய்ஸன்ஸ், நினைவு இருக் குது பாரு? யோவ் எங்கய்யா வலிக்குது?’

அவன் அடி வயிற்றைக் காட்டினான். ரவியை எதற்கோ வணங்கி னான். ‘காப்பா காப்பா’ என்றான். ரமா மிகுந்த கலவரத்துடன், ‘நான் வேணா கல்யாண மண்டபத்துக்கு...’

‘கீப் கொய்ட். ஏன் கலவரப்படற? முதல்ல ஸ்னேக் பைட் தானான்னு பார்க்கணும். ஸீரம் இருக்குதில்லை? இதப் பாரும்மா, நீ போய் வெளியே வராந்தாவில் இரு. நாங்க பாத்துக்கறோம்!’

‘பெரியவரு வந்துருவாங்களா?’

‘நீ போம்மான்னா.’

‘பெரியவர்! பெரியவர்! என்னால இதை ஹாண்டில் பண்ண முடியாதா என்ன? ரமா, முதல்ல ஒரு டார்னிகெட் போடணும், ரப்பர் பேண்ட் இருக்கா?’

ரமா அவனைச் சற்றுப் பிரமிப்புடன் பார்க்க, 'டாக்டர் இது வந்து...'

'ரப்பர் பேண்ட் இருக்கா, இல்லை ஒரு கைக்குட்டை கூடப் போதும். இல்லை. கயிறு இல்லை, எதாவது இறுக்கிக் கட்டறதுக்கு. சர்குலேஷனை ஸ்டாப் பண்ணணும். டோன்ட் ஸ்டான்ட் தேர்! ஆக்ட்! ஸீரம் எங்க வெச்சிருக்கார்? அதாவது தெரியுமா?'

ரமா பதற்றத்துடன் அலமாரியில் தேடினாள். 'அப்புறம் ஒரு நைஃபை ஸ்டெரிலைஸ் பண்ணணும். ப்ரெஸ்ட் பம்ப் இருக்குமா?'

ரமா கயிறு, கைக்குட்டை, மருந்து அலமாரி, கத்தி என்று தேடத் தொடங்க, 'க்விக். டிலே பண்ணவே கூடாது. ஏன்யா நிசமா தெரியுமில்லை? பாம்புதானே? கொஞ்சம் காட்டன் கொடு ரமா?'

ரமா வலுவான கயிறு கொண்டுவந்தாள். 'ரப்பர் பேண்ட் இல்லையா?'

'இல்லை டாக்டர். இதுதான் இருந்தது.'

'கேக்கறது கிடைக்காது. பாடாவதி ஆஸ்பத்திரி. கட்டு!'

'எங்க சார் கட்டணும்?'

'இதெல்லாம் சொல்லித் தரணுமா? டார்னிகெட் போட்ட தில்லையா, மைகாட்! மேலதான் கட்டு. கத்தி எங்க? இன்ஸிஷன் போடணும். ஸ்டெரிலைஸ் பண்ணினியா?'

'இதோ போட்டிருக்கேன் டாக்டர்.'

'எத்தனை நேரம்! கொண்டு வந்ததே லேட்.' சன்னல் வழியாக அந்தப் பெண்ணின், பையனின் முகங்கள் தெரிந்தன.

'இத பாரு. இப்படி எல்லாம் டிஸ்டர்ப் பண்ணக்கூடாது. அங்க போய் உக்காருங்க. என்ன சிஸ்டர் ரெடியா?'

'டீப்பா ஒரு ஸினியர் இன்ஸிஷன் போடணும். ப்ளட் வெஸல்ஸ் எதும் வெட்டிரக் கூடாது. ஆனா...'

பளபளப்பான ஸ்டெய்ன்லஸ் ஸ்டீல் கத்தி அவன் கரிய சதை மேல் உழுவது போலக் கோடு போட, சற்றுத் தயக்கத்துடன் ரத்தம் சிந்த ஆரம்பித்தது. அவன் வலியால் துடித்தான்.

'பம்ப் எங்க? ப்ரெஸ்ட் பம்ப்? ஸைஃபன் மாதிரி ஏதாவது வேணும். எங்கே?'

பம்ப்பை அவள் கொண்டுவந்து கொடுக்க, அதைக் காயத்தின் மேல் அழுத்தி ரத்தத்தை நீக்க, அது சரியாகப் பொருந்தாமல் சிரமப்பட்டான். 'இப்படியே பம்ப் பண்ணிக்கிட்டு இரு... நான் வந்து ஸீரம் பார்க்கிறேன். இந்த ஸீரம் எங்க வெச்சிருக்கார்?'

'என்ன ஸீரம் டாக்டர்?'

'ஆண்ட்டிவெனின் பார்த்ததில்லை?'

'ஃப்ரிஜ்ஜுக்குள்ள இருக்கும் டாக்டர். இப் யூ டோன்ட் மைண்ட்...'

குளிர்ப் பெட்டியின் கதவைத் திறக்கிறபோது ரவி தன் கை நடுங்குவதைக் கவனித்தான். 'ஈஸி ஈஸி' என்று சொல்லிக் கொண்டான். வெளிச்சக் குறைவில் பெயர்களைப் படிப்பதில் சிரமம் இருந்தது.

'இதோ! பாலிவேலண்ட் ஆண்டி வெனின் ரியாக்ஷன் பார்க்க வேண்டுமா? எப்படிக் குத்த வேண்டும்? இண்ட்ரா மஸ்குலர்?'

'டாக்டர்! பேஷண்ட் மூச்சுத் திணர்றார்' என்றாள் ரமா சற்றுக் குரலைத் தாழ்த்தி.

'அப்படித்தான் இருக்கும். சரியாப் போயிடும். கொஞ்சம் வேணா ஆஸ்பிரேட் பண்ணிப் பாருங்க. ஒரே ஒரு நர்ஸை வெச்சிக்கிட்டு நான் என்னதான் செய்ய முடியும் சொல்லுங்க? இதை டிராப் சப்க்யூட்டேனியஸா கொடுத்து ரியாக்ஷன் இருக்கா பாத்துரு...'

மறுபடியும் அவனருகில் சென்றபோது அவன் காலில் நிற்காமல் ரத்தம் வர, மூச்சுத் திணறிக்கொண்டிருந்தான். வாய் முழுவதும் எச்சில் சேர்ந்து போய் அதை நீக்கத் திராணியின்றி இருந்தான். பஞ்சால் அவன் வாயைத் துடைத்து, 'பயப்படாத, பயப்படாத என்ன ரெடியா?' என்றான்.

வாசலில் கார் கதவு சாத்தப்படும் சத்தம் கேட்டது. வெளியே பேச்சுக் குரல் கேட்க, 'அவர் பார்த்துக்கிட்டு இருக்காருங்க. நீங்க வந்துட்டிங்கய்யா. ஒருக்கா பார்த்துருங்க.'

'பாம்புக் கடியா? பாம்பை எல்லாம் எதுக்குப் போய்க் கடிச்சுக் கிட்டு?'

சீனிவாசராவ் உற்சாகமாகக் கல்யாணச் சாப்பாட்டுத் திருப்தி யுடன் கழுத்தில் சந்தனத்துடன் உள்ளே வந்து, 'லெட் மி ஸீ. ரமா ஏன் என்னைக் கூப்பிடலை?' என்றார்.

ரமா பயத்துடன், 'ஸார் டாக்டர் ரவிதான்...'

'வேண்டாம்னுட்டாரா? உனக்கு என்னய்யா தெரியும் பாம்புக் கடியைப் பற்றி? பேஷண்ட் இஸ் ப்ரொஃப்யூஸ்ஸி ப்ளீடிங். யார் இந்தக் கசாப்புக் கடை வெட்டுப் போட்டிருக்காங்க? இது என்ன ஊசி?'

'ஆண்ட்டி வெனின் ரியாக்ஷன் பார்க்கறதுக்குச் சொன்னார்.'

'எதுக்கு ரியாக்ஷன்? வாட்ஸிட் ரவி? உன் காமன் சென்ஸ் என்ன ஆச்சு?'

'ஸீரம் கொடுக்கறது முன்னாடி ரியாக்ஷன் பார்க்க வேண்டாமா டாக்டர்?'

'பாழாப் போச்சு! அதுக்கெல்லாம் இப்ப எங்கப்பா டயம்? ரியாக்ஷன் இருந்தா ஹிஸ்டமின்ஸ் கலந்துக்கறது. வந்தவுடனே ஸீரம் கொடுத்திருக்க வேண்டாமோ? கட்டு யாரு போட்டாங்க?'

'ரமாதான்.'

'வாட் நான்சென்ஸ் இஸ் திஸ்? இவ்வளவு தொள தொளன்னு கட்டி என்ன பிரயோசனம்? அப்புறம் இந்த இன்ஸிஷன். இதுக்குத் தேவையே இல்லை. கடில சாவறதுக்குப் பதில் ரத்தம் கொட்டியே சாவடிச்சிருவே போலிருக்கே.'

'முதல்ல ப்ளீட் பண்ணிட்டு ரத்தத்தை...'

'இது பாரு அதுக்கெல்லாம் டயம் இல்லைப்பா. கடிச்சு எத்தனை நேரமாயிருக்கும்! பதினைஞ்சு நிமிஷத்தில் கான்ஸ்ட்டிட்யூஷனல்

ஸிம்ப்டம்ஸ் ஆரம்பிச்சுடும். வந்த உடன் ஸீரம் கொடுத்திருக் கணும். கொண்டா கொண்டா எங்க ஸிரிஞ்ச்?'

ரமா அவரிடம் மருந்தைக் கொண்டுவந்து தர, டாக்டர் படுத் திருந்தவனை ஆராய்ந்தார்.

'வெய்ட் எ மினிட்! ப்ராப்ளம் தீர்ந்து போச்சு.'

'ஏன் டாக்டர்?'

'ஆளு க்ளோஸ்! போயிட்டான்.'

ரவி திடுக்கிட்டு அருகில் சென்று பார்த்தபோது, அவன் வாய் பாதி திறந்திருந்தது. ஸ்டெத்தை வைத்து இதயத்தில் கேட்டான். மார்பைப் பிசைந்து பார்த்தான். 'ரமா அட்ரினலின் கொண்டு வா.'

'நோ யூஸ். ட்ரை பண்ணிப் பாரு' என்றார் சீனிவாசராவ்.

'ரொம்ப லேட்டா கொண்டு வந்தாங்க டாக்டர்.'

'நான்சென்ஸ். இவனைப் பிழைக்க வெச்சிருக்கலாம் தெரியுமா?' என்றார் சன்னமாக.

'முதல்ல பாம்புக் கடியான்னே சந்தேகமா இருந்தது.'

'த பாரு ரவி. ஏதாவது சப்பைக் கட்டு சொல்லாதே. பேஷண்டைப் பார்த்த உடனே, வீக்கத்தைப் பார்த்த உடனே, சொல்லிடலாம். பேஷண்ட் வாய் குழறினானா? பேச முடியாம திணறினானா?'

'ஆமா டாக்டர்' என்றாள் ரமா.

'பராலிஸில். ந்யூரே டாக்ஸின். வாயில எச்சில் ஒழுகுதில்லை? காயத்தில் ரெண்டு பங்ச்சர் இருக்கும். வாயில் எடுத்தானா?' ரவியை நேராகப் பார்த்தார்.

'கங்கிராஜுலேஷன்ஸ்... இப்பத்தான் டாக்டரா ஆக ஆரம்பிச் சிருக்க!'

ரவி அவரை நேருக்கு நேர் சந்திக்க முடியாமல், 'என்னால் முடிஞ்ச வரைக்கும் முயற்சி பண்ணிப் பார்த்தேன் டாக்டர்' என்றான்.

'போதாதுப்பா.' கிடந்தவன் அருகில் சென்று அவன் முகத்தைத் திருப்பினார்.

'ச், அல்பாயுசு! முப்பது வயசுதான் இருக்கும். ரவி நீ என்ன பண்ணியிருக்கணும்னு சொல்றேன். வந்த உடனே ஸிம்ப்டம்ஸைப் பார்த்துப் பாம்புக் கடின்னு ஒரு நிமிஷத்தில் தெரிஞ்சுக் கிட்டு இருக்கணும். உடனே ஸீரம் கொடுத்திருக்கணும். ஆண்டி வெனின்ங்கறது ரொம்ப பவர்ஃபுல். ரிமார்க்கபிளா ரிவைவ் ஆயிருப்பான். கட்டு, ரத்தம் சிந்த வைக்கிறது எல்லாம் கடிபட்ட உடனே செய்தாத்தான் பிரயோசனம். ஏற்கெனவே இவன் ரத்தத்தில் விஷம் கலந்து போயி எம பட்டணத்துக் கதவைத் தட்டிக்கிட்டு இருந்தான். எம்.எல்.ஐ.வி ட்ரிப்பா அல்லது இன்ஜெக்ஷனா உடனே கொடுத்திருக்கணும்.'

ரவி மெதுவாக, இறந்தவன் அருகில் வந்து நின்றான். அவன் கையை யாரையோ வணங்கும் நோக்கத்துடன் பாதி உயர்த்திய நிலையில் இறந்திருந்தான்.

ரவியின் கண்களில் நீர் முட்டியது.

'டாக்டர், நான் இவனைக் கொன்னுட்டேன்.'

'கொன்னது நீ இல்லை ரவி! உங்கிட்ட பணம் வாங்கிட்டு உன்னை பாஸ் பண்ண வெச்சாங்களே அவங்கதான்! ஒரு டாக்டருடைய கடமை எப்ப நேரம் கிடைக்கிறதோ, அப்பல்லாம் படிக்கறது. ஸ்டார் அண்ட் ஸ்டைல் இல்லை, டாக்ஸிக்காலஜி!'

'நான் போறேன், நான் போறேன்.'

'எங்க?'

'அந்தப் பெண்கிட்ட மன்னிப்புக் கேட்க. எனக்கு வேண்டாம் இந்தத் தொழில்.'

'டோண்ட் பி ஸில்லி. ரமா அந்தப் பொண்ணைக் கூப்பிடு.'

உள்ளே வந்தவள் கிடந்தவனைக் கலவரத்துடன் பார்த்துக் கொண்டே, 'டாக்டர் அய்யா' என்றாள்.

ஒரு விதத்தில் செய்தியை எதிர்பார்த்தது போல் உதடுகள் துடிக்கத் தொடங்கியிருந்தன.

'த பாரும்மா, அந்தாளை நீ கூட்டிட்டு வந்ததே லேட்! ரொம்ப லேட்! இந்த டாக்டர் நல்லா படிச்சுட்டு வந்தவரு. தன்னால ஆனதெல்லாம் முயற்சி பண்ணிப் பார்த்துட்டார். நானும் பார்த்துட்டேன். ப்ச். முடியலை. என்னதான் வைத்தியம் பார்த்தாலும் விதின்னு ஒண்ணு இருக்குதில்லை.'

அந்தப் பெண் அவனருகே சென்று ஆரவாரமில்லாமல் அழத் தொடங்க, ரவி டாக்டரை இப்போது நிமிர்ந்து முழுமையாகப் பார்த்தான். 'ஒரு டாக்டருடைய மற்றொரு முக்கிய கடமை, இன்னொரு டாக்டரைக் காட்டிக் கொடுக்கக்கூடாது!' என்றார்.

சாவி, சித்திரைச் சிறப்பிதழ், 1984

4

முழு வைத்தியன்

போட்டோவில் டாக்டர் ராஜ் டையெல்லாம் கட்டிக்கொண்டு, சாமியுடன் காலேஜில் படித்த சிவ சுப்பிரமணியம் ஜாடையாக இருந்தார். போட்டோ வுக்கருகில் பொடி எழுத்துகளில் மூலமும் பவுத்திர மும் தொந்தரவு செய்தன. வாலிப வயதில் தவறான வழியில் சக்தி இழந்தவர்கள், உஷ்ணம், நடுக்கம், பயம், திருமணத்தில் திருப்தியின்மை இத்யாதி உபாதைகளிலிருந்து நிவாரணம் பெற அந்த அந்த ஊர்களில் பஸ் ஸ்டாண்டு சமீபம் உள்ள அஜீஸ் மான்ஷன்களுக்கு அழைக்கப்பட்டனர்.

சாமி எழும்பூர் வந்ததும் பஸ்ஸிலிருந்து இறங்கிக் கொண்டு லாட்ஜைத் தேடினான். ராத்திரி முழுக்க ராட்சசப் பயணம் முடித்து வந்திருக்கும் வீடியோ கோச்சுகளைத் தொழுவத்தில் அலம்பிக்கொண்டி ருந்தார்கள். சிறுவர்களில் ஒருவனை சங்கீதா லாட்ஜ் கேட்டான்.

'நேராகப் போயி சோத்துக் கைப் பக்கம் திரும்பு. டாக்டர் ராஜ்தானே?'

சங்கீதா வாசலிலேயே போர்டு வைத்திருந்தது. 'வைத்தியப் பேரரசு டாக்டர் லேக்ராஜ்' அம்புக் குறிகள் பிடிவாதமாக டாக்டர் லேக்ராஜ், டாக்டர் லேக்ராஜ் என்று ஒவ்வொரு திருப்பத்திலும் காட்டிக் கொண்டே 101-ம் நெம்பர் அறை வந்து

இளைப்பாறின. கதவு சாத்தியிருந்ததை லேசாகத் தட்டிப் பார்த்தான். திறந்தவர் லுங்கி பனியனில் இருந்தார். கடைவாயில் பல் தேய்க்கும் பிரஷ் செருகியிருந்தார்.

'டாக்டர் ராஜ்?'

'கொஞ்சம் இருங்க, உக்காருங்க' என்று நாற்காலி மேலிருந்த தினத்தந்தியை நீக்கி விட்டு, பாத்ரூம் போலிருந்த மறை வறைக்குச் சென்றார். சாமி உட்கார்ந்துகொண்டு சுற்றுமுற்றி னான். பழைய அறை. சுதந்தரம் வந்தபின் வெள்ளையடித்ததாகத் தெரியவில்லை. சன்னலுக்கு வெளியே சுருள் ஓடு வேய்ந்து, எலக்ட்ரிக் ட்ரெய்ன் போவதும் மொட்டை மாடியில் பட்டை அண்டர்வேரில் ஒருவர் பம்ப் அடித்துக்கொண்டிருந்ததும் தெரிந்தது. தூரத்துச் சுவர் முழுவதும் ஆளுயர எழுத்துகள் 'செல்வி ஜெயலலிதா' என்றன.

படு சிக்கனமான அறை. ஸ்டூலா, மேசையா என்று தெரியாத ஃபர்னிச்சர் மேல் கண்ணாடித் தொப்பி அணிந்த மண் கூஜா. அருகே சுமார் சைஸில் பெட்டியின் மேல் டாக்டர் லேக்ராஜ் எம்.ஐ.எம். (பி) என்று எழுதியிருந்ததை மஃப்ளர் லேசாக மறைத்தது. நீட்டமான பெஞ்ச்.

'பேஷண்டுங்க வர்ற நேரம்தான். உக்காருங்க.' பாத்ரூமிலிருந்து வெளிப்பட்ட லேக்ராஜ், போட்டோ இளமையாக இல்லா விட்டாலும் ஒரு விதமான மிடுக்கும் கண்ணியமுமாகத் தோன்றி னார். கறுப்பில் டை கட்டிக்கொண்டு பளபளப்பாக பாண்ட் அணிந்துகொண்டிருந்தார். பல் தேய்க்கும்போது பார்த்ததற்கு இப்போது கொஞ்சம் உயரமாக இருந்தாற் போலத் தோன்றியது. ஸ்டெதஸ்கோப்புத்தான் கொஞ்சம் பழசாக இருந்தது.

'என்ன விஷயம் சொல்லுங்க?' என்று அவன் முன் கையற்ற நாற்காலியில் உட்கார்ந்தார்.

சாமி மௌனமாக இருந்தான். எப்படி ஆரம்பிப்பது?

'தயங்காதீங்க. வைத்தியன்கிட்ட எதையும் மறைக்க வேண்டாம்.'

'அது வந்துங்க' என்று மழுப்பினான்.

'உங்க பேரு?'

'பேரு முக்கியமா?'

'சரி, பேர் வேண்டாம். நெம்பர் போட்டுக்கிடறேன்.' டையைத் தளர்த்திக்கொண்டார். 'உங்க உபாதை என்னன்னு சொல்லுங்க. கொஞ்சம் ரத்த சோகை தெரியுது. ராத்திரி நல்லா தூங்கு விங்களா? கண்ல குளுப்பை விழுந்திருக்கு?'

'பரவால்லாம தூங்குவங்க.'

'வடக்கே தலை வெச்சுப் படுப்பீங்களா?'

'அதெல்லாம் இல்லைங்க.'

'பின்ன என்ன செய்யுது சொல்லுங்க?'

சொல்லி விடலாமா என்று ஒரு கணம் யோசித்தான். எவ் விதமான வரவேற்பு இருக்குமோ? எடிட்டர் புதன் கிழமைக்குள் 'லாட்ஜ் வைத்தியர்கள்' கட்டுரை காலி ஏறி விட வேண்டும் என்று சொல்லியிருக்கிறார். 'நீயே ஒரு பேஷண்டு மாதிரி போயி அவன் கொடுக்கிற மருந்து மாயத்தை எல்லாம் டேஸ்ட் பண்ணிப் பாரு. அதான் நேர் அனுபவம். அப்புறம் கட்டுரை என்ன ஷோக்கா வரது பாரு.'

'என்ன சொல்லுங்க?'

'அது வந்துங்க, உங்க விளம்பரத்தில போட்டிருந்ததே.'

'விளம்பரத்தில சகலமும் போட்டிருக்கோம். குறிப்பா என்ன சொல்லுங்க? மூலம் பவுத்திரமா?'

'இல்லைங்க.'

'இந்திரியம் நழுவுதா?'

'இல்லைங்க.'

'டண் டண்ணுனு வெங்கலம் வாத்தப்பல இருமலா?'

சாமி தயங்கினான்.

'சொல்ல வெக்கமா இருக்குதா?'

'ம்... ஆமாங்க.'

'புரியுது, புரியுது' டாக்டர் ராஜ் பையிலிருந்து பேனாவை எடுத்து ஒரு தரம் உதறி விட்டு எழுதத் தொடங்கினார். 'எப்ப கல்யாணம் ஆச்சு?'

'ஒரு வருஷம்' என்றான். பொய். நளினி இப்போதைக்குக் கல்யாணம் இல்லை என்று சொல்லிவிட்டாள்.

'இப்படியே இந்தப் பெஞ்ச் மேல படுத்துக்கங்க. பாத்துரலாம்.'

சாமி தயக்கத்துடன் 'ஒரு கட்டுரைக்காக எத்தனை அல்லல்!' பெஞ்சில் படுத்துக்கொள்ள, லேக்ராஜ் கதவைச் சாத்தினார்.

முதலில் நாடி பிடித்துப் பார்த்தார். அப்புறம் சட்டை பட்டனைக் கழற்றி மார்பில் ஸ்டெத் வைத்துக் கேட்டார். தனக்குள்ளே சிரித்துக்கொண்டார். 'சிகரெட் பிடிப்பீங்களா?'

'உண்டுங்க.'

'சுவாசத்திலயே தெரியுது.' மார்பு எலும்பின்மேல் பின் முஷ்டியால் தட்டினார். 'வயசு இருவத்தி எட்டு சொல்லலாமா? நீங்க எதும் எனக்கு சொல்ல வேண்டாம். நானே சொல்றேன். சரியா தப்பான்னு மட்டும் சொன்னால் போதும் என்ன? ராத்திரி படுக்கப் போறீங்க இல்லை, அப்ப ஒரு மாதிரி அடிச்சுப் போட்டாப்பல அசதி, சரியா?'

'சொல்லுங்க.'

'ம்.'

'தூக்கம் வந்தாலும் கெட்ட சொப்பனம்?'

'ம்.'

'கொல்லைப் பக்கம் போறப்ப அதிக முக்கல்?'

'ம்.'

'சின்னப் புள்ளைல அதிகப்படியா சுக்ல நஷ்டம் ஏற்பட்டது. இப்ப அந்தம்மா கேக்கறப்ப கொடுக்க முடியறதில்லை. அதானே?'

'ம், அதாங்க.' ஐயோ தெரியாத்தனமாக மாட்டிக்கொண்டு விட்டேன். இவர் இப்போது அந்த நஷ்டத்துக்கு எல்லாம் ஈடு

கட்டுகிறேன் என்று ஏதாவது ரெண்டுங்கெட்டானாகச் செய்து வைக்கப்போகிறார்.

'ராத்திரி ரெண்டு மூணு தபா எந்திரிக்கறீங்களா? பயப்படாதிங்க! ஒண்ணும் பண்ண மாட்டேன். இந்தப் பக்கமே பார்க்காதீங்க. சொல்லுங்க. ராத்திரி எத்தனை முறை எந்திரிப்பீங்க?'

சாமி பதில் சொல்ல முடியாமல் 'லொக் லொக்' என்றான். 'போதுங்க' என்றான்.

'அவ்வளவுதான். உங்க சரித்திரம் பூரா தெரிஞ்சு போச்சுது, எந்திரிங்க!'

சாமி சட்டைப் பித்தான்களை அணிந்துகொள்ள, டாக்டர் லேக்ராஜ் மேசை மேல் இருந்த பெட்டியைத் திறந்து, அதில் பட்டுத்துணியால் சுற்றப்பட்டிருந்த பெரிய சீசாவை எடுத்தார். சாமி மிரள்வதைப் புன்னகை செய்து, 'பயப்படாதீங்க வெட்டிர மாட்டேன். அப்படிச் சொல்லிக்கொள்ளும்படியா இல்லை...' பாட்டிலைத் திறந்து கத்தியின் முனையால் லாவகமாக பழுப்பு லேகியம் எடுத்தார். அருகே வந்து சட்டென்று அவன் வாயைத் திறந்து லேகியத்தை ஈஷினார். 'சாப்பிட்டுப் பாருங்க.'

சாமி சற்றும் எதிர்பாராத நிலையில் அதை வாயிலேயே மெல்லாமல் வைத்திருந்து லேக்ராஜைப் பார்த்தான்.

'சாப்பிடுங்க. நீங்க நினைக்கிற வாசனை வரும். குப்பைமேனி, கையாந்தகரை, கரிசிலாங்கண்ணி, செருப்படி, வெண் தாமரைப் புஷ்பம்னு முப்பது சரக்கு சேர்ந்திருக்குது. ம்... சாப்பிட்டுப் பாருங்க.'

சாமி அதை நாக்குக்குள் ஓர் ஓட்டு ஓட்டினான். ஞெஞ்ஞ முஞ்ஞே என்றிருந்தது. மேலண்ணத்துடன் கோதுமை அல்வா மாதிரி கொஞ்சம் ஒட்டிக்கொண்டது. அதை முழுங்கினால் உள்ளே 'வேண்டாம் போ' என்று எதிர்க்க மறுபடி வாய்க்குள் திரும்பிவர, ரெண்டு தபா சாப்பிட வேண்டியிருந்தது.

அதுவரை டாக்டர் லேக்ராஜ் அவனையே பார்த்துக்கொண்டிருந்தவர், 'எப்படிங்க? உள்ள போன உடனே சுருசுருன்னு இல்லை? பத்து நிமிஷம் விட்டுப் பாருங்க.' இப்போது லேக்ராஜ் அந்தப் பெரிய பாட்டிலிலிருந்து கணிசமான அளவு

லேகியத்தைச் சிறிய பாட்டிலுக்கு மாற்றல் பண்ணிக்கொண்டிருந்தார்.

'இப்ப ஒரு செட்டு முப்பது நாளைக்கு வாங்கிக்கங்க உயர் ரகம்.'

சாமி உஷாராகி, 'இருங்க இருங்க. இது வந்து என்ன விலை சொல்லிருங்க' என்றான்.

'விலை என்னங்க விலை? விலை எல்லாம் அப்புறம் பேசிக்கலாம்.'

'இல்லைங்க. முதல்லேயே தெரிஞ்சுக்கறது நல்லது.'

'அது பேஷண்டுங்களைப் பொறுத்தது. பாண்டிச்சேரில இலவசமாகவே சிகிச்சை பண்ணிக்கிட்டு இருக்கேன்.'

'இருக்கட்டுங்க. விலை என்ன?'

'நான் கொடுக்கறது உயர் ரகம்.' இப்போது சிறு சீசாவை ஏறக்குறைய நிரப்பி விட்டார். 'முப்பது வேளைக்குக் கொடுத்திருக்கேன். மொத்தம் தொள்ளாயிரத்து சொச்சம் ஆவுது.'

சாமியிடம் மொத்தம் பத்தே முக்கால் ரூபாய் இருந்தது. சடக்கென்று பின்வாங்கினான். 'இல்லைங்க... முதல்ல வந்து... பத்து நாளைக்கு... இல்லை இல்லை... ரெண்டு நாளைக்குப் பார்க்கலாமே.'

'அப்படியெல்லாம் அரை குறையா நிறுத்தக்கூடாதுங்க, உஷ்ணம், உடல் வலி, புளியேப்பம் எல்லாம் வந்துரும். அப்படி யெல்லாம் நிறுத்தக்கூடாது.'

'அப்ப வந்து... அஞ்சு நாளைக்குக் கொடுங்க.'

'தபாருங்க. பணத்தைப் பத்தி அப்புறம் பேசுங்க. பணம் எங்க போவுது? மிதமிஞ்சின சோர்வு, ஆயாசம், வெறுப்பு எல்லாம் இருக்குதில்லை? பாதில நிறுத்தக் கூடாது. எனக்குக் கெட்ட பேராயிடும் பாருங்க.' இப்போது டாக்டர் ராஜ் தினத்தந்தியைக் கால் பாகமாகக் கிழித்து சீசாவைப் பார்ஸல் பண்ணிவிட்டார்.

சாமி, 'தொளாயிர ரூபா ரொம்ப ஜாஸ்திங்க' என்றான்.

'இருக்கட்டும் தொளாயிரம்னா தொளாயிரமா? வெச்சுக்கங்க.'

சாமி அதை வாங்க மறுத்து, தன் இரண்டு கைகளையும் பாண்ட் பாக்கெட்டில் அவசரமாகத் திணித்துக்கொண்டான்.

'அட எத்தனை குடுப்பிங்க சொல்லுங்க?'

'ஸாரி, எங்கிட்ட பத்து ரூபாதான் இருக்குது.'

லேக்ராஜ் பதற்றப்படவே இல்லை. லேசாகச் சிரித்தார். 'பொய் சொல்றீங்க. பரவாயில்லை. முதல் முறை வர்றதினால ஃப்ரீயாக் கூடக் கொடுக்கத் தயார். ஆனா ஃப்ரீயா கொடுத்தா எம்மேல் உங்களுக்கு நம்பிக்கை வராது. இன்னொரு சூரு வாயில போட்டுக்கங்க.'

'வேண்டாம். வேண்டாம்' என்றான் அவசரமாக.

'முதல்ல மருந்தை வெச்சுக்கங்க. எட்டு நூறு ரூபா கொடுங்க. போங்க! விளையாடாதீங்க. பிளாட்பாரத்தில் விக்கற மூலிகை இல்லை இது. இந்தாங்க வாங்கிக்கங்க. ரெண்டு பேருக்கும் இல்ல, ஸிக்ஸ் அண்ட்ரட்.'

சாமி தீர்மானித்து, 'இல்லைங்க. எங்கிட்ட நிசமா அவ்வளவு பணம் இல்லைங்க. வேணும்னா பாத்துக்கங்க' என்று தன் பையில் பத்து ரூபாய் சில்லரையை எடுத்துக் காட்டும்போது அந்த கார்டு கீழே விழுந்தது. அதை டாக்டர் எடுத்துப் படித்தார்.

சாமி பதறிப் போனான்.

'மிஸ்டர் சாமிநாதன், நிருபர், தினக் குரல். நிருபரா நீங்க?' அட்டையை அவனிடம் கொடுத்தார்.

'ஆமாங்க.'

சாமி வாயிற்கதவைப் பார்த்தான்.

'நீங்க வைத்தியம் பார்த்துக்க வரலை?'

'..........'

'வைத்தியம் பார்த்துக்கற மாதிரி வந்து என்னைப் பத்தி எழுத வந்திங்க! ரகசிய நோய் லாட்ஜு வைத்தியம்னு மசாலா எல்லாம் சேர்த்து ஒரு சுவாரஸ்யமான கட்டுரை எழுத வந்திங்க! அப்படித் தானே? என்ன, புத்தாண்டு மலரா?'

‘டாக்டர், ரொம்ப ஸாரி. நான் முதல்லயே பேட்டின்னு கேட்டிருக்கணும். கேட்கத்தான் நினைச்சேன். அதுக்குள்ள நீங்க பரிசோதனை பண்ண ஆரம்பிச்சுட்டிங்க.’

‘பொய் சொல்றிங்க. பரவாயில்லைங்க’ அவர் முகம் அடிபட்டிருந்தது.

‘எனக்கு மருந்து வேண்டாம். எனக்குக் கல்யாணமே ஆகலை.’

அவரைப் பார்க்கவே தயங்கினான். ‘நான் ஆரம்பிச்ச விதமே தப்பு. இப்படிப் பேட்டி எடுக்கிறது தர்மமில்லை. அதனால நான் உங்களுக்கு ஒரு வாக்குறுதி தர்றேன். எடிட்டர் கிட்ட சொல்லிடறேன். நான் உங்களைப் பத்தி எழுதலை, நிச்சயமா எழுத மாட்டேன்.’

‘இல்லைங்க. தாராளமா எழுதுங்க! முழுசா எழுதுங்க. வெறும் லாட்ஜ் வைத்தியனா, இழந்த சக்தி ஆசாமியா மட்டும் எழுதி நிறுத்திராதிங்க. நான் என்ன பரம்பரைன்னு எழுதுங்க. நாங்கள்ளாம் ஜெயின்ஸ். எங்க குடும்பத்தைச் சிறு பஞ்ச மூலம் எழுதின காரியாசான் வரைக்கும் ட்ரேஸ் பண்ணலாம்னு எழுதுங்க. வீட்டில இருக்கிற சுவடிகளைப் பத்தி எழுதுங்க. தமிழ் வைத்திய முறையைப் பத்தி மனப்பாடமா எனக்குத் தெரிஞ்ச மூவாயிரம் பாட்டுகளைப் பத்தி எழுதுங்க.’

‘தேரையர் குணபாடத்திலிருந்து சொல்லட்டுங்களா?

ஐயமுடன் பித்தம் அகலும்
அராசகம்போம்
தையலே வாதம் தணியும்
காண் வையமிசை
ஓதும் குடலாவ தமோடு
மலமொழியும்
தூதுளங்காய் உண்ணச் சொல்.

இந்தத் தூதுளங்கொடியைத் தேடிக்கிட்டு அலையறப்ப பாம்பு கொத்தி, கத்தியால் வெட்டிக்கிட்டு, மஞ்சளை நெருப்பில் காட்டி சுட்டுக்கிட்டு, சுய வைத்தியத்திலேயே பிழைச்சதை எழுதுங்க. ‘இயற்கை வைத்தியம்’னு புத்தகம் எழுதினதை எழுதுங்க. அலோபதி புத்தகங்கள் அத்தனையும் படிச்சதை, தமிழ்

படிச்சதை, இங்கிலீஷ் எம்.ஏ. படிச்சதை... எல்லாத்தையும் படிச்சுட்டு டையைக் கட்டிக்கிட்டு பையைத் தூக்கிக்கிட்டு மூட்டைப் பூச்சி லாட்ஜுகளில் முப்பது நாளும் கொக்கு மாதிரி பேஷண்ட்டுங்களுக்குக் காத்திருக்கிறதையும், உங்களை மாதிரி ஸென்ஸேஷனுக்கு வர்றவங்ககிட்ட ஏமார்றதையும் எழுதுங்க. என் பிள்ளைங்களை எழுதுங்க. அவங்களுக்குச் சோறு போட அங்காடி நாய் மாதிரி அலையற என்னைப் பத்தி முழுசா எழுதுங்க. but pray do not mock me!'

லேக்ராஜ் அமைதியாகக் கதவைத் திறந்து, 'போய் வாங்க' என்றார். வாசல் விளிம்பில் காத்திருந்த அடுத்த பேஷண்டைப் பார்த்ததும் அவர் முகம் மறுபடியும் நிதானப்பட்டுப் புன்னகை செய்தது. 'வாங்க, உள்ள வாங்க' என்றார்.

குங்குமம், சித்திரைச் சிறப்பிதழ், 1984

5

சேவகி

டென்மார்க்கோ, சுவீடனோ மனமுவந்து கொடுத்த ஜீப் வண்டி மேக்கப்பட்டியில் குதித்துச் சென்றுகொண்டிருந்தது. மஞ்சுளாவுக்குச் சகல எலும்புகளும் கழன்று வந்துவிடும் போல் இருந்தது.

வடிவேலு அவள் அங்கங்கள் குலுங்குவதைத் திருட்டுத்தனமாக ரசிப்பது அருவெறுப்பாக இருந்தது. தாலியும் சேர்ந்து குலுங்குகிறதே. அதைக் கவனிக்க மாட்டானோ? 'இன்னும் எவ்வளவு நேரமாகும் பாய்?' என்றாள் டிரைவரிடம்.

'ஆச்சும்மா. வந்திருச்சு. ரெண்டு கிலோ மீட்டர் தான்' என்று இதையே அரைமணியாகச் சொல்லிக் கொண்டிருக்கிறான். பக்கத்தில் ப்ரொஜெக்டர் படச்சுருள், லாப்ராஸ்கோப்பின் மாடல், 'லூப்' வளையத்தின் மாதிரி, தமிழில் அச்சடிக்கப்பட்ட துண்டுப் பிரசுரங்கள்.

'பேரன்பு மிக்க தாய்மார்களே! மகப்பேறு என்பது செல்வத்துட் செல்வம்தான். இருப்பினும் அச்செல்வம் அளவை மீறிடில் உங்கள் இல்லற வாழ்வு செவ்வனே...' சிலப்பதிகாரம் எழுத வேண்டிய வருக்கு கு.க. ஆபீசில் என்ன வேலை?

'இந்தாம்மா, பன்னி மாதிரி வசவசன்னு பெத்துக் காதே. வளையம் மாட்டிக்க, இல்லை, வவுத்துக்

குள்ள சின்னதா குழா இருக்கு, அதை அறுத்துக்க. பத்து நிமிஷ வேலை, அதுக்கப்புறம் கவலையே கிடையாது' என்றல்லவா பாமரத்தனமாகப் பிரசாரம் செய்ய வேண்டும்? ஆனால், மஞ்சுளா அப்படிச் செய்யமாட்டாள். அவள் முறை வேறு.

கோழிகள் பதறிப் பதறி ஓட, கலர் கலராக அய்யனார் குதிரை, காவல் தேவதை, மீசை வைத்த சிப்பாய்களைக் கடந்து பஞ்சாயத்து ஆபீசைத் தேடிச் சென்று நிறுத்த, மஞ்சுளா தன் புடைவைத் தூசியை உதறிக்கொண்டு இறங்கினாள். வடிவேலு ப்ரொஜக்டர் திரையை வெளியே எடுத்தான்.

சிறுவர் சிறுமியர் சூழ்ந்துகொண்டு, 'அண்ணே படம் காட்டப் போறீங்களா?' என்றனர்.

'ஆமாடா பாக்யராஜ் படம். அதானே அண்ணே?'

'இல்லைடா, சிங்கம் காட்டுவாங்களே அந்தப் படம்.'

'பொம்மை பொம்மையா ஆடுமே அது.'

'ஏம்பா உங்க ஊர் பொம்பளையாளுங்கள்ளாம் எங்க?'

'எல்லாரும் வயக்காட்டுக்குப் போயிருக்காங்க. தண்ணி வந்திருச்சில்ல? நாத்து நடணுமில்லை?'

'சரிதான். வடிவேலு, சாயங்காலம் வரை காத்திருக்கணுமா?' என்றாள்.

'இல்லை, வயப் பக்கமே போய்ப் பேர் பண்ணிட்டு வந்துடலாமா?'

'இல்லை வடிவேலு, இந்த மாசம் பதினஞ்சு ஆப்பரேஷனுக்காவது கையெழுத்து வாங்கலைன்னா டி.ஸி. தலையைத் தின்னுருவார்.'

'இன்னைக்குத்தானே தேதி பத்து! பக்கத்தில என்ன கிராமம்?'

'என்னவோ பட்டி.'

மஞ்சுளா ப்ளாஸ்கிலிருந்து மோர் சாப்பிடுவதை அந்தப் பெண் கவனித்ததை உணர்ந்தாள். ஐந்து வயதிருக்குமா? தலை மயிர் புழுதி படிந்து பழுப்பாக இருந்தது. என்ன ஆகாரம்

கொடுக்கிறார்களோ, தெரியவில்லை. கேழ்வரகுக் கஞ்சியா? புஷ்டியாகத்தான் இருந்தது. ரப்பர் வளையலும் கம்பளி நூலும் பின்னலும் மார்பில் சட்டையில்லாமல் அழுக்கோ அழுக்காகப் பாவாடையும் நெற்றியைச் சுருக்கிக்கொண்டு ப்ளாஸ்கையே பார்த்துக்கொண்டிருந்தது.

'இந்தா' என்று கை நீட்டினாள். தன் அக்காவுக்குள் மறைந்து கொண்டு சற்று நேரம் விட்டு எட்டிப் பார்த்தது.

'பேர் என்ன?'

'பேரு கேக்கறாங்கல்ல? சொல்லுடி' என்றாள் அக்கா அதிகாரத் துடன். 'பூவாயிங்க' என்றாள் அவளே.

'இத பாரு பூவாயி. சாக்லட்டு வேணுமா?'

'எனக்கு வேணுங்க.'

'உங்களுக்கெல்லாம் அப்புறம்... உங்கம்மா எங்க பூவாயி?'

'வயக்காட்டுக்குப் போய்க்காங்க' என்றது மழலையுடன்.

'அப்பா எங்க?'

'அப்பா போயிருக்காங்க.'

'நீயேன் போகலை?'

'புள்ளையைப் பார்த்துக்கறேன்' என்றதற்கு அதன் அக்கா பல்லை மூடிக்கொண்டு சிரிக்க, 'உனக்கு அக்கா தங்கச்சி எத்தனை?' என்றாள்.

அது கணக்குத் தெரியாமல் எல்லா விரல்களையும் விரித்துக் காட்டி மறுபடி அக்காவிடம் மறைந்துகொள்ள, மஞ்சுளா குழந்தைகளை வரிசையாக நிறுத்தி வைத்து, இனிப்புகளை விநியோகித்தாள். பூவாயியின் முறை வந்தபோது அவளை எடுத் துப் பார்த்தாள். பிரமித்தது. நல்ல கனமாக இருந்தது குழந்தை. அதனிடம் வேப்பெண்ணெய் வாசனை விரவியிருந்தது.

வடிவேலு மெள்ள சினிமா திரையை நிமிர்த்தி, 'திரையைப் பார்த்தாதான் கூட்டம் வரும்' என்றான். குழந்தைகள் 'ஜோ' என்று கதறிக்கொண்டு அவன்பால் சென்றன. பூவாயி

மஞ்சுளாவின் மூக்கருகே புரியாமல் விழித்தது. மஞ்சுளா பையிலிருந்து சின்னதாகச் சட்டையை எடுத்தாள். கைப் பையிலிருந்து பவுடர், சீப்பு எல்லாவற்றையும் மெள்ளப் பிரித்தாள். ஏரோ ஸால்கானிலிருந்து புஸ் என்று ஒருமுறை வாசனை மேகம் அடிக்க, பூவாயி சிரித்தது.

வடிவேலு பையன்களை விரட்டி வேலை வாங்கிக்கொண்டி ருந்தான். 'டேய் நல்லதா ஒரு செங்கல் பொறுக்கிக்கிட்டு வாடா. இத பாரு இதில தண்ணி மொண்டுக்கிட்டு வா' என்று பத்துப் பேரை விரட்டி விட்டு, ஜனரேட்டரைப் பழுது பார்த்துக்கொண்டி ருக்க, டிரைவர் மரத்தடியில் முழங்கையைத் தலையணையாக்கி, தூங்க ஆயத்தம் செய்துகொண்டிருந்தார். மஞ்சுளா தன் 'முறை'யைத் தொடங்கினாள்.

'பாரு இப்படி வாரி விட்டு, இப்படிப் பொட்டிட்டு, இப்படி மூஞ்சியெல்லாம் துடைச்சு பவுடர் போட்டு... இப்பப் பாரு நம்ம பூவாயியை!'

'அதா அம்மா' என்றது பூவாயி. அவளை நோக்கி ஓடியது.

கைக்குழந்தையை வயிற்றில் தூளி போட்டுக்கொண்டு, ஒரு கையால் தலை மேல் பாத்திரத்தைப் பற்றிக்கொண்டு, மற்றொரு கையால் ஒரு பையனைத் தரதரவென்று இழுத்துக்கொண்டு, அந்தப் பெண் வேகமாக வந்துகொண்டிருந்தாள். 'அம்மா! டீச்சர் அம்மா பூவாயிக்குச் சொக்கா தந்தாங்க.'

'நான் டீச்சர் இல்லை' என்றாள். பூவாயியைப் பார்த்துப் பிரமித்து அவள் தாய் நிறையவே சிரித்தாள்.

'அட. இதெல்லாம் ஏதுடி சிறுக்கி உனக்கு?'

'உம் பேர் என்ன?' என்றாள் மஞ்சுளா.

'சின்னம்மா' அவளுக்கு மஞ்சுளாவைவிட வயசு குறைவாகத் தான் இருக்கும். 'எத்தனை குழந்தை உனக்கு?'

'அட நீங்க அவிங்களா?'

'அவிங்களா இவிங்களா எல்லாம் இல்லை. எத்தனை குழந்தை உனக்கு, சொல்லு?'

'அதான் ஒருக்கா சொல்லிப் போட்டேனே?'

'யார்கிட்ட?'

'புரட்டாசி மாசம் வந்தாங்களே. வயசானவுங்களா...'

வேணியைச் சொல்கிறாள். 'அவங்ககிட்ட என்ன சொன்னே?'

'ஊட்டுக்காரரைக் கேட்டுச் சொல்றதா சொன்னேன்.'

'ஊட்டுக்காரர் என்ன சொன்னாரு?'

'அதெல்லாம் வாணாம். உடம்பு பாளாப் போயிரும். மாரியாத்தா வந்து இருக்கிறதை எல்லாம் சூரையாடிப் போயிட்டா, ஆப்ப ரேசன் பண்ணிக்கிட்டா என்னா கதி? வேணும்னா ஆத்தா கொடுக்கறா, வேண்டாம்னா எடுத்துக்கிட்டுப் போறான்னு சொன்னாங்க.'

வடிவேலு, 'பாரம்மா, லாட்ரி டிக்கெட் கிடைக்கும். பணம் கிடைக்கும். அஞ்சே நிமிஷம்தான்' என்றான்.

'வேலு உன் வேலையைப் பாரு! பாரு சின்னம்மா முதல்ல உனக்கு எத்தனை குழந்தை சொல்லு?'

'அஞ்சுங்க. எல்லாம் ஆசுபத்திரில சொன்னாங்க. எனக்கு இஷ்டம்தாங்க. ஊட்டுக்காரருதான்...'

'உங்க வீட்டுக்காரர் எங்கே?'

'தா வராரே.'

பையன் போலத்தான் இருந்தான். அரை டிராயரில் சேறு படிந் திருந்தது. துடிப்பாக மீசை வைத்து, கன்றுக் குட்டிக் கண்களும் முகத்தில் லேசாக அம்மைத் தழும்புமாக இருந்தான். 'அப்பாரு' என்று ஒரு பெண் போய்க் கட்டிக்கொண்டதை 'த' என்று விரட்டி விட்டு மஞ்சுளாவிடத்தில் வந்து, 'இதப் பாருங்க, குடும்பக் கட்டுப்பாடுதானே, எல்லாம் அந்தம்மா வந்து சொல்லிப் போட்டுப் போயிட்டாங்க. யாரும் செய்துக்கறதா இல்லைங்க. மருதமுத்து பெஞ்சாதி பண்ணிக்கிட்டு ரத்தம் கக்கிச் செத்துப் போயிருச்சு.'

'இது யாருய்யா புதுப் புரளி கிளப்பியிருக்காங்க?'

'பாருங்க. நீங்க சினிமா காட்டுங்க. நோட்டீசு விடுங்க. ஆனா எங்க இஸ்டமில்லாம ஆப்பரேஷன் செய்துக்கச் சொல்லாதீங்க.

ஆத்தா கொடுக்குறா, ஆத்தா எடுத்துக்கிட்டுப் போறா! அஞ்சு புள்ளைப் பெத்து இதுக்கு என்ன தெம்பு கொறைஞ்சு போச்சு? மூத்ததுக்கு எட்டு வயசாவுது. களை புடுங்குது. நாத்து நடுது. எல்லா புள்ளைங்களும் எனக்குத் தேவைம்மா.'

மஞ்சுளா மெலிதான புன்னகையுடன் சாந்தமான முகத்துடன் அவனிடம் ஆரம்பித்தாள்.

'உங்க கிராமத்திலே ட்ராக்டர் இல்லையா களை புடுங்க?'

'களைதான் பிடுங்கும். நாத்து நடுமா?'

'அதுக்கும் ஏதாவது அட்டாச்சுமெண்டுகளெல்லாம் இருக்கும்பா! இத பாரு, வயல்ல உதவி செய்ய ஆளு தேவைன்னு ஜனத் தொகையை உசத்திக்கிட்டே போறது தப்பு. இப்படி நீ பெத்துக் கிட்டே போனன்னா நீ பயிர் பண்ற நெல்லெல்லாம் உன் குடும்பத் துக்கே செரியாப் போயிரும். சர்க்கார் எக்கச்சக்கமா திட்டங்கள் ளாம் போட்டிருக்காங்க, கிராமத்துக்குக் குடி தண்ணி வரணும்...'

'யோவ்! இந்தக் கிராமத்துக்கு டெலிவிஷன் வரப் போவுது, தெரியுமில்லே?'

'வடிவேலு' என்று அதட்டினாள். 'நீ உன் மெஷினைக் கவனி! பாருப்பா! சர்க்கார் போறட திட்டங்கள்ளாம் வெற்றி பெற ணும்னா முதல் தேவை சனத் தொகை கம்மியா இருக்கணும். நாம உற்பத்தி செய்யற உணவு நமக்கே போதாத நிலைமை வந்துரும்...'

'எல்லாம் போதுங்க! பண்ணை வீட்டில போய்ப் பாருங்க. கலம் கலமா இருக்குது நெல்லு.'

'நான் இந்தக் கிராமத்தைச் சொல்லலைப்பா, தேசத்திலே...'

'அப்ப அவுங்க முதல்ல ஆப்பரேசன் பண்ணிக்கிடட்டும். அப்புறம் இங்க வாங்க! சினிமா காட்டு, நோட்டிஸ் கொடு. ஏத்துக்கறேன்.'

மஞ்சுளாவுக்கு ஆத்திரமாக வந்தது. பொறுமை பொறுமை! கொஞ்சம் கொஞ்சமாகத்தான் வழிக்குக் கொண்டுவர வேண்டும். 'உக்காருப்பா! உம் பேர் என்ன?'

'வேலாண்டி.'

அவன் உட்கார்வதற்குள் வடிவேலு குறுக்கே புகுந்து, 'யோவ் இத பாரு! நீ ஒத்துக்கலை, வலுக்கட்டாயமா கூட்டிப் போய் அறுத்து அனுப்பிச்சிருவோம்' என்றான்.

மஞ்சுளா ஆத்திரப்பட்டு, 'என்ன வடிவேலு, இந்த மாதிரி தோர ணையில் அவங்ககிட்ட பேசவே கூடாது. காரியத்தைக் கெடுக்கிறியே?' என்பதற்குள், 'அறுத்துருவியோ? அறுத்துரு வியோ? அண்ணே எல்லாரும் வாங்க! கேளுங்க சேதியை! பொட்டைக் களுதைங்களா, போங்க வூட்டுக்கு. சினிமா நடக்குதோ பார்த்துர்றேன். அறுத்துருவாராமில்லே? எங்க கை பூப்பறிக்கப் போகுமோ? எங்க பஞ்சாயத்து? கூப்பிடு.'

'இத பாரு. அதெல்லாம் வேண்டாம் வேலாண்டி. அந்தாளுக்கும் இதுக்கும் சம்பந்தமே இல்லை. நாங்க ஒண்ணும் உங்க சம்மதமில்லாத எதுவும் செய்துற மாட்டோம். எல்லாம் உங்க நன்மைக்குத்தான் சொல்றோம். எதுக்கும் பயப்பட வேண்டாம், உக்காருங்க முதல்ல, வடிவேலு அந்தாண்ட போய்யா.'

வேலாண்டி இன்னும் கோபம் மாறாமல்தான் குந்தினான்.

'இத பாரு! இன்றைய தேதிக்கு உன் பெண் சாதி உடம்பு நேராத்தான் இருக்கா. ஆனா உம் பிள்ளைகளை நீ படிக்க வெக்க வேண்டாமா? இதைப் பாரு. பூவாயி எத்தனை அழகா இருக்குது பாரு. சட்டை போட்டுத் தலை வாரிக்கிட்டி...'

வேலாண்டி முதல் தடவையாகப் பூவாயியைப் பார்த்து, 'அடப் பூவாயி' என்றான் ஆச்சரியத்துடன். 'இந்த மாதிரி சட்டை போட்டு அலங்காரம் பண்ணி இந்தப் புள்ளைங்களை ஸ்கூலுக்கு அனுப்ப உனக்கு ஆசையில்லையா? இந்தப் பூவாயி என்னை மாதிரி பட்டணத்தில் வேலை பார்க்க வேண்டாமா? என்ன அழகா இருக்கு பாரு.'

மெள்ள... மெள்ள... பேச்சில் இனிமையும் நிதானமுமாகப் பதற றமே காட்டாமல் அவர்களையெல்லாம் தொட்டு, அணைத்துப் படகாட்டம் சார்காட்டி...

மஞ்சுளாவுக்குத் தெரியும் மெள்ளத்தான் இசைவார்கள். சந்தேகங் கள் எல்லாவற்றையும் நாசூக்காகத் தீர்த்து வைக்கவேண்டும்.

மூன்று வருடமாக அத்துப்படியாகி விட்ட வித்தை! இதில் அவள் கெட்டிக்காரி. 'மாநிலத்திலேயே மிகச் சிறந்த சேவகி' என்று பட்டம் பெற்று முதல்வரிடம் கோப்பை வாங்குவது லேசா என்ன?

எத்தனை சம்மதங்கள் சேர்த்திருக்கிறாள்! நூற்றுக்கணக்கான வர்கள் அவள் பேச்சில் மயங்கிக் கட்டை விரலில் மசி தடவி....

'இத பாரு, வெள்ளிக்கிழமை வண்டி வரும். பக்கத்திலதான் காம்ப் போடப் போறோம். பயப்பட வேண்டாம். காலைல போய்ட்டு பொழுதோட திரும்பி வந்துறலாம். மறுநாளே வயல்ல வேலைக்குப் போகலாம். அதுவும் இப்ப லாப்ராஸ் கோப்புன்னு புதுசா ஒண்ணு கொண்டுவந்திருக்காங்க. இத பாரு...'

வீட்டுக்குத் திரும்பி வந்ததும் மோகன் காப்பி போட்டு வைத்திருந்தது ஆறுதலாக இருந்தது. கழுத்துப் பட்டையில் படிந்திருந்த புழுதியை அலம்பி, புடவை மாற்றிக்கொண்டு, ஹாலில் மோகனின் புத்தகங்களை விலக்கி விட்டு, அவனருகில் உட்கார்ந்துகொண்டு, அவன் முகத்தை முகத்தால் உரசினாள்.

'ஏன் இத்தனை நேரம் மஞ்சு?'

மஞ்சு அதற்குப் பதில் சொல்லாமல் அவன் கன்னத்தைத் தன் மூக்கால் மாதிரி பார்த்தாள்.

'இன்னிக்கு எந்தக் கிராமம்?'

'மேக்கப்பட்டி.'

மோகன் புத்தகத்தில் ஆழ, அதைப் பிடுங்கி எறிந்தாள். 'எப்பப் பார்த்தாலும் என்ன புஸ்தகம்?'

'என்ன வேணும் உனக்கு? சொல்லு?'

'பேசலாமே.'

'பேசு.'

'கிராமத்தில ஒரு குழந்தையைப் பார்த்தேன். பொண்ணு. என்ன அழகான கண்கள் தெரியுமா!'

'இஸ் இட்?' என்றான். அவளை அணைத்துக்கொண்டு, கரத்தால் புத்தகத்தை மறுபடி எடுக்க, மறுபடி அதைப் பிடுங்கிப் போட்டாள். அவன் சட்டை காலரில் விரலைச் செலுத்தி நெருடினாள்.

'அய்யோ குறுகுறுங்கறது!'

'இருநூறு அல்லது இருநூத்தம்பது ரூபா கொடுத்திருந்தா, அந்தப் பொண்ணை எனக்குக் கொடுத்திருப்பாள்.' மஞ்சுளா அவனை மிக அருகில் பார்த்தாள். 'மோகன், மோகன் நான் சொன்னேன்னு கோவிச்சுக்க மாட்டிங்களே?'

'சொல்லு! நான் எப்பவாவது உங்கிட்ட கோவிச்சிண்டிருக்கேனா?'

'ஒரு குழந்தையை நாம எடுத்து வளர்க்கலாமா?'

மோகன் சற்று நேரம் மௌனமாக இருந்தான். 'மஞ்சு, நம்பிக்கையே இல்லைங்கறியா?'

'எல்லா டாக்டரையும் பார்த்தாச்சே மோகன்.'

'ஒரு தடவை ராமேசுவரம் வேணா போய்ட்டு வந்துரலாமா? அவா சொல்றதையும் பார்க்கலாமே!'

'ஒரு குழந்தைக்காக நான் எதுக்கு வேணா தயார் மோகன்' என்றாள்.

தேவி தீபாவளிமலர், 1983

6

பேட்டி

அழைப்பு மணியைத் தொட்டபோது வராந்தாவின் இடப் பக்கத்தில், 'வெர்கம், வெர்கம்' என்று குரல் கேட்டது. திரும்பிப் பார்த்துத் திடுக்கிட்டோம். குறுக்குக் கம்பியில் ஒரு கிளி! கேமரா பாபு, 'தாங்க் யூ' என்றான். கிளியும் 'தாங்க் யூ' என்றது.

கதவைத் திறந்ததும் டாக்டர் தேவேந்திரகுமார், 'வாங்க வாங்க... ஏன் எட்டு நிமிஷம் லேட்? உள்ள வாங்க... சாயங்காலம் டெல்லி ஃபிளைட்டுக்குப் போகணும்னு சொன்னனில்லை' என்று எங்களை உள்ளே அனுமதித்து, 'சுலோசனா!' என்று கூப்பிட்டார்.

டாக்டருக்கு ஐம்பது வயது. தலை வழுக்கையைச் சாமர்த்தியமாக கோல்ஃப் வகைக் குல்லாவினால் மறைத்திருந்ததால் வயது சொல்ல முடியவில்லை. கொடிக் கொம்பு போல விண்ணென்று இருந்தார். தொப்பையின் ஆரம்ப அடையாளங்கள்கூட இல்லை. கண்ணாடிப் பட்டைக்குள் விழிகள் எங்களை ஊடுருவிப் பார்த்தன. வரிசையான பொய்யில்லாத பற்கள். கை குலுக்கியது வலித்தது.

உள்ளே ஹால் முழுவதும் பறவைகளின், மிருகங்களின் படங்கள் இருந்தன. கம்பளத்தில் பொன் கலர் பூனை ஒன்று எங்களை நிமிர்ந்து பார்த்துக் கொட்டாவி விட்டது. சோபாவுக்கு அடியிலிருந்து

உள்ளங்கையளவுக்கு நாய்க்குட்டி வெளிப்பட்டு, எங்களை ஒரு முறை வள்ளிவிட்டு, 'சிவுக், சிவுக்' என்று உள்ளே ஓடியது.

'பாம்பு கீம்பு இருக்குமோ?' என்றான் பாபு தயக்கத்துடன்.

'இருக்கு. பயப்படாதீங்க... எல்லாம் பெட்டிக்குள்தான் இருக்குது. பார்க்கறீங்களா?'

'வேண்டாங்க...'

டாக்டர் சிரித்தார். வராந்தாவில் சந்தித்த கிளி குறுக்கே அபத்தமாகப் பறந்து வந்து, டாக்டரின் தோளின் வடமேற்கு ஓரத்தில் உட்கார்ந்து, 'வெர்கம்' என்றது.

'என்ன சொல்லுது?' என்றான் பாபு.

'வெல்கம்ங்கறது நல்லா வரலை!'

'ராதா ராதா!' என்றது கிளி.

'தமிழ் வராதா?'

'அதெல்லாம் இல்லை, நாம பேசறதில் கடைசிதைத் திருப்பிச் சொல்லும்... என்னடா ரங்கா!'

'ரங்கா ரங்கா.'

பாபு சற்று உற்சாகப்பட்டு, 'உம் பேர் என்னடா?' என்றான்.

'போடா மயிரு' என்றது.

நான் பிரமித்து டாக்டரைப் பார்க்க, 'ஷ் ஷ் ஷ் ரங்கா! டேய் பாய்! மறக்க மாட்டியா நீ? எல்லாம் அந்த வேலைக்காரப் பையனை உதைக்கணும்! சுலோசனா, இந்த ரங்கனை வந்து வாங்கிட்டுப் போ' என்றார் டாக்டர்.

இரண்டு கோப்பைத் தேநீருடன் வந்த டாக்டரின் மனைவி, 'வணக்கங்க!' என்று எங்களைப் பார்க்காமல் புன்னகை செய்துவிட்டு, தேநீர்க் கோப்பைகளை முன் வைத்தாள்.

'டாக்டர், உங்களுக்கு?'

'அவர் டீ, காபி எதுவும் சாப்பிட மாட்டாருங்க...' என்று உள்ளே சென்றாள்.

'முருகேசன் பய சொல்லிக் கொடுத்ததை இன்னும் ரங்கன் மறக்கலை!'

'அப்படியா! ரங்கா, அப்படி எல்லாம் சொல்லலாமா நீ?'

'மானிபாணி! போடாம் மயிரு!'

'பாத்தியா! வெரி வெரி பாட்! இன்னிக்கு இதுக்குப் பழம் கொடுக்காதே. அதை எடுத்துக்கிட்டுப் போ!'

போகிறபோது அந்தக் கிளி அதையே திரும்பத் திரும்பச் சொல்லிக்கொண்டிருக்க, டாக்டர், 'ஸாரி' என்றார்.

'மிருகங்களைக் கெடுக்கிறதுகூட மனுசங்கதாங்க! வேலைக்காரப் பய ஒருத்தன் சொல்லிக் கொடுத்துட்டுப் போயிட்டான். பிடிச்சுக்கிச்சு!'

'பரவால்லைங்க! அதுக்கு அர்த்தம் தெரியுமா என்ன?' என்றான் பாபு.

'அர்த்தம் தெரியாதுங்க. ஆனா கோபம் இருக்குது பாருங்க! தாங்க முடியாது... அதுக்கு எம் மேல கோபம். காலைல கொஞ்சலைன்னு... இல்லாட்டா அந்த வார்த்தை பேசாது!'

'அப்படிங்களா?' என்றேன். இன்னும் எத்தனை காலையில் கொஞ்சப்படாத கோப ஜந்துகள் உள்ளனவோ என்று வியந்து கொண்டு, சற்றும் உத்தேசமில்லாமல்தான் உட்கார்ந்திருந்தோம். எந்த நிமிடமும் எந்தத் திசையிலிருந்தும் எந்த மிருகமும் பறவையும் வெளிப்படக்கூடும் என்று தோன்றியது. பாபுக்கு பாம்பு என்றால் அலர்ஜி! கேமராவைப் பக்கத்தில் வைத்துவிட்டு, அதன் தோல் பட்டையைப் பார்த்தே பயந்துகொண்டிருந்தான்.

'முதல்ல போட்டோ எடுத்துரலாமா?'

'என்னை எடுக்காதீங்க... பிள்ளைங்களை எடுங்க. சுலோ! நம்ம குப்பனைக் கொண்டுவா!'

'குப்பன்கிறது...?'

அதற்குப் பதில் சொல்வதற்கு முன்பே டாக்டரின் மனைவி உள்ளேயிருந்து, குரங்குக் குட்டியைப் போல இருந்த... வெய்ட் எ மினிட்! குரங்குக் குட்டி இல்லை அது.

'டாக்டர், என்ன இது?'

'தேவாங்கு! இதெல்லாம்தான் என் குழந்தைங்க. எட்டு பூனை, நாலு நாய், ஒரு தேவாங்கு, ஆறு அணில், பத்து முயல், நூறு லவ் பர்ட்ஸ்... இந்த வீடே ஒரு 'மெனாஜரி'தான். ஆனா, எல்லாம் சுதந்தரம்தான். சண்டைச் சச்சரவு கிடையாது. கூண்டே கிடையாது. பாம்புங்களை மட்டும்தான் மத்தவங்க பயப் படுறாங்கன்னு, பெட்டியில போட்டு வச்சிருக்கோம்...இல்லை சுலோ?'

'உங்களுக்குப் பயம் கிடையாதாம்மா!' என்றேன் அவர் மனைவியைப் பார்த்து.

'அதுங்க ஒண்ணும் பண்ணாதுங்க. நாமதான் பயப்படறோம்.'

அவள் தோளில் தொத்தியிருந்த அந்தத் தேவாங்கு டாக்டரைப் பார்த்ததும் அவர் மார்பில் கவலைக்கிடமாகத் தொத்திக் கொண்டது. பாபு கேமராவை எடுத்து, 'அம்மா, அப்படியே டாக்டர் பக்கத்தில் வந்து நில்லுங்க. இது என்ன தேவ் ஆனந்தா... அதோட!'

'தோவாங்குடா! டேய், உன்னைப் போயி அழைச்சுட்டு வந்தேனே!'

'இதோட ஒரு ஷாட் எடுத்துட்டா நல்லாயிருக்கும்ல அண்ணே!' என்றான் பாபு. கேமராவைத் தவிர மற்ற யாவற்றிலும் பாமரன் ஃபிளாஷ் அடிக்க, தேவாங்கு பாபுவை ஒரு மாதிரிப் பார்த்துப் பல்லைச் சிக்கனமாக, ஹாஸ்யமில்லாமல் விரித்துக் காட்டியது. உடலில் முக்கால் பாகம் கண்கள்.

'என்ன பத்திரிகைங்க?'

'இதயம் பேசுகிறது தீபாவளி மலர்ங்க. டாக்டர்... உங்களைப் பத்தி எடிட்டர் ரொம்பச் சொன்னார். பி.எம். கிட்ட ஏதோ விருது வாங்கப் போறீங்களாம்! நீங்க பறவைகள், மிருகங்கள் எல்லாத் திலயும் அத்தாரிட்டி. அதும் மைக்ரேஷன்ல உலகத்திலேயே முதன்மையானவர்கள்ல ஒருத்தர்... உங்கள் புகழ் பற்றின விவரங்கள்லாம் எனக்குத் தெரியும். ஆனா நாங்க பேட்டிக்கு வந்திருக்கிறது டாக்டர் தேவேந்திர குமார்ங்கிற மனிதரைப் பற்றித் தெரிஞ்சுக்க!'

'டீ சாப்பிடுங்க!' என்றாள் மனைவி சுலோசனா.

டாக்டர் மெலிதான புன்னகையுடன், 'டாக்டர் தேவேந்திர குமார்ங்கிற மனிதரைப் பற்றின்னா அவகிட்டதான் கேக்கணும்! என்ன சுலோசனா?' என்றார்.

சுலோசனா எங்களைப் பாராமல் பொதுவாகச் சிரித்தாள்.

'சொல்லுங்கம்மா!'

அந்தப் பெண்ணுக்கு முப்பத்தி ஆறு வயதிருக்கலாம். அவசரத்தில் அவளைக் கவனிக்கத் தவறி விட்டேன். எப்போதும் வாத்சல்யத்துடன் கணவரையே பார்த்துக்கொண்டிருந்தாள். எங்களுக்குப் பதில் சொல்லும்போதும் கணவரைப் பார்த்துக்கொண்டுதான் பேசினாள். 'இவருக்கு எப்பவுமே வாயில்லா ஜீவன்களோடு இருந்தாகணும்... அதுதாங்க சந்தோஷம்!'

'உங்களுக்கு?'

'எனக்கு இதாங்க பிடிக்கும். எல்லா பிள்ளைங்களும் என்னோட பழகிடுச்சுங்க!'

'பாம்பைத் தொடுவீங்களாம்மா நீங்க?' என்றான் பாபு.

'ஏன் தொடாம...? எடுத்துட்டு வா சுலோ!'

'அய்யோ, அதுக்குச் சொல்லலைங்க... அப்புறம் வெச்சுக்கலாம்!'

நான் காஸெட்டை ஒரு மேஜையில் வைத்து, அதை இயக்கி விட்டு,

'டாக்டர்! உங்களுக்கு எத்தனை வருஷமா இந்த மாதிரி மிருகங்கள், பறவைகள் மேல ஈடுபாடு?' என்றேன்.

'எத்தனை வருஷமா அதுங்களுக்கு எம்மேல ஈடுபாடுன்னு கேளுங்க! சின்னப் பிள்ளையில இருந்தே தெரு நாய்ங்கள்ளாம் எம் பின்னாலேயே வாலாட்டிக்கிட்டு வரும். பூனைங்க கால்ல வந்து தேச்சுக்கும். ஆட்டுக் குட்டி அம்மாவை விட்டுட்டு, என்னைப் பாத்தா தயங்கி நின்னுக்கும். என்னவோ தெரியலை... அதுங்க பாசை எனக்குப் புரிஞ்சுதோ, எம் பாசை அதுங்களுக்குப் புரிஞ்சுதோ...!'

'மிருகங்களோட பேச முடியுமா?'

'ஏன் பேசாம? குப்பா, அம்மாகிட்ட போ!' என்றதும், தேவாங்கு திடீர் என்று தாவி சுலோசனாவின் மேல் உட்கார்ந்தது.

'அட!' என வியந்தான் பாபு.

'எங்கே அவன் சேரன்? கணக்குப் போடுவான்.'

'சேரன்கிறது?'

'நாயி... சின்ன வயசில எங்க வீட்டுக்கு எதிர்த்த சௌகார் வீட்டுக்கு ஜைன முனிவர் வந்தாரு. என்னைப் பார்த்ததுமே சொல்லிட்டாரு. 'மகனே... எங்கூட வா! சரணாலயத்தைக் காமிக் கிறேன். உனக்கு மிருகங்கள், பறவைகள் எல்லாமே அடி பணியும்'னாருங்க. இடையில ஜைன மதத்துக்கு மாறிக்க லாமான்னுகூட யோசிச்சேன். அப்புறம் அது தேவை யில்லைன்னு பட்டுது. இதுங்களுக்கெல்லாம் மதம் உண்டா? ஏண்டா?' என்று கீழே வந்து படுத்திருந்த குட்டி நாயைக் கேட்டார். அது தன்னைக் கேட்கிற சந்தோஷத்தில் கண்களில் ஆனந்தம் பொங்க ஒரு மாதிரி கீச்சு சத்தம் பண்ணியது.

'மைக்கிரேஷன்ல நீங்க பெரிய அத்தாரிட்டிங்கிறாங்க.'

'அது என்னங்க... மைக்ரேஷனை ஸ்டடி பண்றதுக்கு ஒரு வாழ் நாள் போதாது! மனுசங்கள்ளாம் பறவைங்க முன்னாடி எந்த அளவுக்குத் துச்சம்னு தெரிய வரும். பாயிண்ட் காலிமீர், பரத்பூர்லயே வருஷக் கணக்கா டேரா போட்டு ரிங் மாட்டி எத்தனை ரிஸர்ச்! எத்தனை ஸ்டடி! என்ன சுலோ?' என்று ஒரு முறை அவளிடம் ஆமோதிப்பை வாங்கிக்கொண்டு தொடர்ந் தார். அவர் பேசப் பேச சைபீரியப் பறவைகள் குளிர் காலத்துக்குப் பரத்பூர் வந்தன. இங்கிருந்து சில ஆப்பிரிக்கா, பிரான்ஸ் என்று தூர தேசம் சென்றன. சில ஆஸ்திரேலியா போவதும், அலாஸ்கா விலிருந்து மூவாயிரம் கிலோ மீட்டர் 'நான் ஸ்டாப்'பாகப் பறந்து ஹவாய்த் தீவுகளுக்கு வருவதும்... கதை கதையாக அந்தப் பறவைகள் விரிந்தன.'

'இதுங்களுக்கெல்லாம் யாருங்க, நாவிசேஷன் சொல்லித் தராங்க... யாருங்க இந்த மாதிரி போகணும்னு எங்கங்க சொல்லி வைச்சிருக்காங்க? 'ஆர்க்ட்டிக் டெர்ன்'னுன்னு ஒரு பறவை வருஷத்துக்கு ரெண்டு முறை வட துருவத்திலிருந்து தென்

துருவம் வரைக்கும் பறக்குது. பறவைங்களோட ஒப்பிட்டா மனுசங்க சாதனை பூராவும் ஒட்டு மொத்தமாகப் பார்த்தாகூட இவ்வளவுதாங்க...' என்று சைகை காட்டினார்.

'ரிமார்க்கபிள் டாக்டர்' என்றேன்.

'அந்தப் பறவைங்களே வேண்டாம்... சுலோ, நம்ம சுப்பனைக் கொண்டுட்டு வா! கொண்டு வந்துட்டியா?'

சுலோசனா கொண்டு வந்த பறவை கருந்தவிட்டு நிறத்தில் இருந்தது. அங்கங்கே இறக்கையில் மஞ்சள் தென்பட்டது. உற் சாகமாகப் பறந்து சிதறியபோது இறக்கையில் வெண் பட்டை கொஞ்சம் தெரிந்தது.

'இது என்ன பறவை சொல்லுங்க?' என்றார் டாக்டர்.

'விசிலடிச்சான் குஞ்சா?' என்றான் பாபு பிரகாசமாக.

நான் அதட்டினேன்.

'ரொம்பச் சாதாரணமா நாம எல்லாம் பார்க்கக் கூடிய பறவை... சாதாரணமா மைனா! இது பாருங்க...'

பறவையை சுலோசனா கையில் ஏந்தி வர, அதை வாங்கிக்கொண்டு அதனருகில் உதட்டைக் காட்டி, 'டிகீக் கீக்' என்றார். அது பதிலுக்கு 'கோக் கோக்' என்றது. டாக்டரும் மைனாவும் சுவாரஸ்யமாகச் சிறிது நேரம் பேசிக்கொண்டிருந்ததை பாபுவும் நானும் புரியாமல் வியந்துகொண்டிருந்தோம்.

'ரொம்ப ஃப்ரெண்ட்லி! ரொம்ப ஃப்ரெண்ட்லி! டேய் ஒரு முத்தா கொடு' என்றதற்கு, அது உடனே பணிந்து டாக்டரின் உதட்டைச் சின்னதாகத் தொட்டுக் காட்டியது.

'ஆனா, பொறாமைனா இவனுக்கிருக்கற பொறாமை!'

சுலோசனா அந்தக் கெட்ட வார்த்தைக் கிளியைக் கிட்டே கொண்டு வர, உடனே சுப்பன் எனப்பட்ட மைனா, 'ராடியோ, ராடியோ' என்று திட்டுவதுபோலச் சத்தம் போட்டது. தலையசைப்பதும் வேடிக்கையாக இருந்தது.

'எப்படி? இதுங்க எல்லாத்துக்கும், எல்லா அசைவுக்கும் பாஷை இருக்குதுங்க... ஆசாபாசங்கள் இருக்குதுங்க. ஆனா, துரோகம்

கிடையாது. கூழை புத்தி கிடையாது! குள்ள நரியைப் போயி தந்திரக்காரன்னு சொல்றாங்களே... எங்கிட்ட ஒரு குள்ள நரி வெச்சிருந்தேன். பேப்பர் பொறுக்கிக்கிட்டு வரும்.'

'படிக்கவும் செய்யுங்களா?' என்றான் பாபு அசம்பாவிதமாக.

'படிக்காதுங்க! இதுங்களுக்கெல்லாம் படிப்பு தேவையில்லை. அதெல்லாம் வந்துதானே எல்லாத்தையும் கெடுத்து வச்சி ருக்கோம்!'

பாபு கலர் ஃபிலிம் லோடு பண்ணிக்கொண்டு தோட்டத்துக்கு வரச் சொன்னான். சுலோசனா புடைவை மாற்றிக்கொண்டு வர, தோட்டத்துக்கு வந்தோம். எனக்குச் சற்று அச்சமாகத்தான் இருந்தது. எங்கேயாவது 'தொப்புள்ளான்' என்று பெயர்கொண்ட பாம்பை உருவப் போகிறாரோ என்று அங்குமிங்கும் பார்த்துக் கொண்டுதான் இருந்தேன். பாபு அதற்கு மேல் பயப்பட்டான். தோட்டத்தில் வெயில் நிறையவே இருந்தது. சுலோசனா ஒரு பக்கத்திலும், மான் மறுபக்கத்திலுமாக டாக்டரைப் போட்டோ எடுத்தான். சுலோசனாதான் 'பாம்பு கொண்டு வரவா?' என்று கேட்டாள். பாபு தீர்மானமாக மறுத்துவிட்டான். 'எனக்குக் கை கொஞ்சம் ஷேக் அடிக்கும். வேற போட்டோகிராபரை அனுப் பிக்கலாம்!' என்றான்.

'டாக்டர், நீங்க ஃப்ளைட்டைப் பிடிக்கணுன்னீங்களே!'

'ஆமாம், வண்டி வந்துரும் இப்ப!'

'ரொம்ப தாங்ஸ் டாக்டர்!' என்றேன். 'உங்க பயோடேட்டா எந்த இயர் புக்லயும் இருக்குது. ஆனா, இன்னிக்கு நேர்ல பார்த்துச் சந்தித்தது எங்களுக்கு வேறு அனுபவங்க!'

'போயிட்டு வாங்க... பேட்டிலே ஒண்ணை மட்டும் முக்கியமா போடுங்க! என் வெற்றிக்கு முக்கியமான காரணம் என் வாழ்க்கை யில சுலோசனாதான்!' மனைவியை அணைத்துக்கொண்டார்.

'இவளுடைய ஒத்துழைப்பில்லேன்னா என்னாலே எதுவுமே சாதித்திருக்க முடியாது... என்ன சுலோ?'

'நான் என்னங்க செய்துட்டேன்? உங்களுக்குப் பிடிச்சது எனக்கும் பிடிச்சுப் போச்சு!'

'என்னைப் போலவே அவளுக்கும் மிருகங்கள்னா ரொம்ப நேசம்.'

'அதுங்களை நாம நேசிக்கலின்னா வேற யாருங்க?'

ஃபிளைட்டுக்கு அழைத்துச் செல்ல கார் வந்து நிற்க, டாக்டர் என்னைக் கூப்பிட்டுத் தன் உள்ளங்கையைக் காட்டினார். பேனாவால் சிலுவை ஒன்று சின்னதாக வரைந்திருந்தது. 'பாத்திங்களா (SPCA) எஸ்பிஸியேயோட நீலச் சிலுவை இது! எனக்கு ஞாபகப்படுத்திக்க தினப்படி கையிலே வரைஞ் சுப்பேன்.'

'டாக்டர். உங்க ரெண்டு பேரையும் சந்திச்சது எங்களுடைய பாக்கியம்னுதான் சொல்லணும்!' சுலோசனாவைப் பார்த்து, 'உங்க ரெண்டு பேர் மாதிரி அண்டஸ்டாண்டிங் உள்ள தம்பதிகளை நான் பார்த்ததே இல்லேம்மா!' என்றேன். 'அதை எழுதுங்க' என்று காருக்குள் நுழைந்தார்.

★

திரும்ப நானும் பாபுவும் ஸ்கூட்டரில் வந்துகொண்டிருந்தபோது பாபு, 'சுலோசனாவை டெலிலென்ஸ் போட்டு அவள் அறியாம ஒண்ணு எடுத்துட்டேன். டாக்டருக்குக் கொஞ்சம் யங்காதான் இருக்கா, கவனிச்சியோ?' என்றான்.

'நான் எங்க கவனிச்சேன்? காஸெட் தீர்ந்திடும்னுட்டு… டேய் பாபு! காஸெட்! காஸெட்டை அவங்க வீட்டு சோபாவிலேயே விட்டு விட்டு வந்துட்டோம்!'

'இல்லைடா… டேப் ரிக்கார்டையும் விட்டு வந்தாச்சு. மணியன் கிட்டயிருந்து ஓசி! வண்டியைத் திருப்பு, பரவாயில்லை.'

'சரியாப் போச்சு… மறுபடி கிளியா?'

மறுமுறை அந்த வீட்டுக்கு வந்து மணிப் பொத்தானை அழுத்தியதும் சுலோசனாதான் கதவைத் திறந்தாள்.

'டேப் ரிக்கார்டரை விட்டுட்டுப் போயிட்டீங்களே, போன் பண்ணலாம்னா நம்பர் தெரியலை…'

'ரொம்ப தாங்க்ஸ். ஸாரி, தோட்டத்திலிருந்தே கிளம்பிட் டோம்மா…'

'பரவாயில்லைங்க. பேட்டி எப்ப வரும்?'

'தீபாவளி மலர்ல. படிச்சுப் பார்த்துட்டு எழுதுங்க. என்ன?'

'அதெல்லாம் படிக்க விட மாட்டாருங்க... மிருகங்கள், பறவை களைப் பத்தின புத்தகங்களைத் தவிர வேற எதும் வீட்டில சேர்க்கக் கூடாது!'

'அப்படியா! ஆச்சரியமாயிருக்கே?'

'இன்னும் பல ஆச்சரியங்கள் இருக்குதுங்க!'

'சொல்லுங்க!'

'அதெல்லாம் பேட்டில வர வேண்டாம். வந்துச்சுன்னா கொன்னு போட்டிருவாரு. புகழ், பிரபலம் இதுக்கெல்லாம் யாராவது ஏதாவது தியாகம் பண்ணித்தான் ஆகணும்...' என்று பயத்துடன் சிரித்தாள்.

போகிறபோது மறுபடி இந்தக் கிளி, 'போடா மயிரு' என்றது.

பாபு, 'இந்தக் கிளியைக் கொஞ்சம் அடக்கினா தேவலை... அது யார் சொன்னாங்க? எங்க வேலைக்காரப் பையன் கெட்ட வார்த்தை கத்துக் கொடுத்துட்டான். புடுச்சிக்கிச்சு பாருங்கன்னு டாக்டர் சொன்னாரு...'

'இல்லீங்க... நான்தாங்க கத்துக் கொடுத்தேன்!' என்று அந்தக் கிளியை எடுத்துத் தடவிக் கொடுத்து, உள்ளே பறக்க விட்டுக் கதவை எங்கள் மேல் சாத்தினாள்.

இதயம் பேசுகிறது தீபாவளி மலர், 1983

7

ஜானகி சாகவில்லை!

வெள்ளிக்கிழமை அந்த வீட்டில் நுழைந்தால் ஜானகியின் படத்துக்கு மாலை போட்டிருப்பதைப் பார்க்கலாம். மாலை மட்டும் இல்லாமல் அதன் ஓரத்தில் ஊதுபத்தி செருகி சோம்பேறித்தனமாகப் புகைந்துகொண்டிருக்கும். படம் ஹாலில் பெரிதாக மாட்டப்பட்டிருந்தது. அதை போட்டோ என்று சொல்வது சிரமமாக இருந்தது. ஏதோ ஒரு பழைய க்ரூப் போட்டோவிலிருந்து சாராம்சம் போல ஜானகியை எடுத்துத் தனிப்படுத்தி, பக்கத்தில் ஸ்டூடியோத்தனமான நெட்டையான ஸ்டூல் மேல் பூச்செண்டு, பின்னணியில் இயற்கைக் காட்சி எல்லாம் அமைத்து, ஜானகி நெற்றியில் பெரிதாகக் குங்குமப் பொட்டுடன் ஸ்டூடியோக்காரர் தீர் மானித்த கலரில் புடைவை உடுத்திக்கொண்டு, வெள்ளிக்கிழமை சுமங்கலியாக, பதிவிரதையாகப் படம். அதற்குத்தான் மாலை போட்டு இருக்கிறது என்று சொன்னேன்.

போட்டோவின் அருகில் சின்ன மேசை மேல் ஆப் பிளும் வாழைப் பழமும் வைத்திருந்தது. ஐந்து ரூபாய் நோட்டுத் தாள் ஒன்று வைத்திருந்தது. சுதர்சன் நின்று கொண்டு பக்கத்தில் தீப்பெட்டி யுடன் சற்றுத் தடுமாறி சூடம் கொளுத்தி, அதை ஜானகிக்கு முன்னால் சுற்றி, அந்த ஐந்து ரூபாயை யும் வெற்றிலை பாக்கு, பழத்தையும் பக்கத்தில்

போர்த்திக்கொண்டு பவ்யமாக நின்ற மாதிடம் கொடுத்து, 'அவ போனதிலே இருந்து மாசா மாசம் செய்யறேங்க. சந்தோஷமா வாங்கிக்கிங்க' என்றார்.

அந்த அம்மா அதிகம் வசதியில்லாதவள் போலக் காணப்பட் டாள். சுருள் பாக்கு கீழே விழுந்ததைக்கூடப் பொறுக்கிக் கொண்டு, வணங்கிவிட்டுப் போனாள். சுதர்சன் அவள் போன திசையைச் சற்று நேரம் பார்த்துக்கொண்டிருந்தார். அதுவரை வாயால் மூச்சுவிட்டுக் கொண்டிருந்தவர், சுதந்தரப்பட்டு மூக்கால் மூச்சுவிட ஆரம்பித்தார். அந்த அம்மாளைச் சுற்றிலும் ஒருவிதமான முடை நாற்றம் இருந்தது. ஏழைமையின் நாற்றம், காயாத ஈர ஒரே புடைவையில் நாற்றம், கழுத்தில் மஞ்சள் கயிற்றின் சிக்கு நாற்றம், மாதம் ஒரு வெள்ளிக்கிழமை அவர் சற்று நேரத்துக்கு இந்த ஏழைமையை அனுமதித்துதான் ஆக வேண்டும். 'சுதர்சனமா! அவர் பெரிய மனுசர். பொண்டாட்டி செத்துப் போனதை மறக்காமல் விசுவாசமாக ஒவ்வொரு மாசமும் வெள்ளிக்கிழமை அவளுக்கு...' இத்யாதி.

சற்று நேரம் மனைவியைப் பார்த்தார். ஜானகி ஏதோ ஒரு பர்ஸ்பக்டிவ் ஏமாற்றில் அவரைப் பார்ப்பது போல இருந்தது. பார்த்து, 'என்னங்க இந்த அக்கிரமம். என்னைக் கொன்று போட்டுட்டு இந்த மாதிரி பாசாங்கு பண்றிங்க. ஊரை ஏய்க்கிறது அநியாயம்' என்று சொல்வதைப்போல் இருந்தது.

சுதர்சன் அந்த போட்டோவுக்கு மேல் திரையை அவசரமாக இழுத் தார். மஞ்சள் ஸாட்டின் துணி பின்னால் மனைவி மறைய சுதர்சன் வீட்டைப் பார்த்தார். தனியாக இரண்டு வருடங்கள் ஆகிவிட்டன. எத்தனை நாள் இந்த வேஷம் போட வேண்டும்? இன்னும் இரண்டு வருஷமா? மோசமில்லை. காத்திருக்கலாம். அவர் வாழ்க்கை இன்னும் எத்தனையோ பாக்கி இருக்கிறது. கார்ப்பெட்டை மிதித் துக்கொண்டு சோபா அடியில் படுத்திருந்த நாயை நோக்கி நடந் தார். கால்களுக்கு இடையில் தலையைப் பொருத்திக்கொண்டு, காதுகள் தொங்கிக்கொண்டு கண்ணை உயர்த்திப் பார்த்தது.

'என்னடா ராஜு! என்ன பார்க்கறே? எஜமான் வேஷம் போட றானேன்னா? போட்டுத்தானேடா ஆகணும்! இன்னும் ஒரு வருஷம். அதுக்கப்புறம் ராஜு இதோ பாரு, நான் புது மனுஷன். இந்த வீட்டை வித்துத் தொலைச்சிட்டுக் கொடைக்கானல் போயி... என்ன ராஜு?'

அருகில் உட்கார்ந்துகொண்டு காலால் அந்த விசுவாச நாயை நிரடினார். கொஞ்சம் வாலை ஆட்டி விட்டு மறுபடி தன் கனவைத் தொடர்ந்தது. சுதர்சன் சோபாவுக்கு அருகில் இருக்கும் விளக்கைப் பொருத்திக்கொண்டு புத்தகத்தை எடுத்துக் கொண்டார். பத்தாம் பக்கத்திலேயே படுக்கைக் காட்சிகள் ஆரம்பித்து விட்ட அமெரிக்க 'பெஸ்ட் ஸெல்லர்' அது. லேசாகப் பைப்பைப் புகைத்துக்கொண்டு, புத்தகத்தின் காமத்தைத் தொடர்ந்தபோது சுதர்சனுக்கு நிம்மதியும் சந்துஷ்டியும் ஏற்பட்டன. பழக்கத்தில் சின்ன கிளாசில் திரவம் ஊற்றி, அதில் சோடாவும் நடனமிடும் ஐஸ் கட்டிகளும் சேர்த்துக்கொண்டு, அதன் 'கிளிங்' ராத்திரியில் சுத்தமாகக் கேட்க, சுதர்சனுக்கு வாழ்க்கை நிறைவாகவும் சந்துஷ்டியாகவும் இருந்தது. காலை லேசாக ஆட்டிக்கொண்டு படித்துக்கொண்டே இருக்கையில் சற்றே அவர் மனம் ஜானகியை நினைத்தது. உடனே கலைத்துக் கொண்டார்.

சிவசு மெல்ல அருகே வந்து, 'எசமான்! சாப்பாடு கொண்டு வரலாங்களா?' என்றான்.

'வேண்டாம் சிவசு. எனக்குப் பசியில்லை. மனசும் சரியில்லை.'

சிவசு விசுவாசமாக, 'ஆமாங்க அம்மா நினைப்பு வந்திருக்கும்' என்றான்.

சோகமாக முகத்தை வைத்துக்கொண்டார். நாவலில் நாயகி தன் ஸாட்டின் கவுனிலிருந்து வழுக்கிக்கொண்டிருந்தாள்.

'நீ வச்சிட்டுப் போயிடுப்பா, பசிச்சுதுன்னா சாப்பிட்டுக்கிறேன்.'

'சரிங்க. ரெண்டு வருசம் ஆகியும்கூட நம்ப முடியலங்க. அம்மான்னா அம்மாங்க, தங்கக் கம்பிங்க!'

'என்ன பண்றது சிவசு? எனக்கு அதிர்ஷ்டம் இல்லையே.'

'அய்யா. நீங்க அம்மாவையே நினைச்சுக்கிட்டு உருகிக்கிட்டே இருக்கீங்க. உடம்புக்கு நல்லதில்லைங்க.'

'ப்ச்' என்றார். 'அப்ப நீ வீட்டுக்குப் போய்க்க' என்றார்.

'மாசம் தவறாம வெள்ளிக்கிழமை சுமங்கலிப் பெண்களுக்கு இந்த மாதிரி வெற்றிலை, பாக்கு, பழம் வெச்சு...'

‘ஏதோ அவ ஞாபகார்த்தத்துக்காக, எனக்கு என்னன்னா... அவ அதைச் செய்துகிட்டு இருந்தா. ஏழைங்களுக்கு அவ பேரைச் சொல்லி ஏதாவது ஒரு விதத்தில் உதவி புரியணும்...’

‘அய்யா. உங்க மனசு யாருக்கு வரும்? வேற சிந்தனை இல்லாம... உங்க வயசு ஒரு வயசா? மறுகல்யாணம் செய்துக்கறதா இருந்தா...’

‘பேசாத அதைப் பத்தி’ என்றார் சற்று அதட்டலாக. ‘அவ இருந்த இடத்தை யாரும் நிரப்ப முடியாது, போயிட்டு வா சிவசு. எனக்குக் கொஞ்ச நேரம் தனியா இருக்கணும்.’

அவன் கும்பிட்டுவிட்டுப் போனதும் சிரித்துக்கொண்டார். வெளியுலகத்தைப் பரிபூரணமாக ஏமாற்றி விட்டார். சொந்தக் காரர்கள், வேலைக்காரர்கள், போலீஸ்காரர்கள் தொல்லையோ சந்தேகமோ இனி இல்லை. அந்த ராஜேந்திரன்தான் எப்படி யெல்லாமோ குடைந்து பார்த்தார். ம்ஹூம் காஸ்ட் அயர்ன் அலிபி! ராத்திரி எப்போதாவது வரும் அந்தப் பிரமித்த வியர்வை நிறைந்த கணங்களைச் சமாளித்துவிட்டாரானால் போதும்.

மறுபடி ஜானகியைப் பார்த்தார். படத்தை இடம் மாற்ற வேண்டும். அவரையே பார்ப்பது போல் இருக்கிறது. ராஜா ஸ்டூடிவியோவின் பழுதுபட்ட பிரதியாக இருந்தாலும் ஏனோ அதற்கு ஓர் அனாவசியமான உயிர் இருப்பது போலப் பிரமிப்புத் தருகிறது.

ஜானகி!

‘அய்யோ, என்ன பண்றீங்க! என்ன பண்றீங்க!’

‘ஒண்ணுமில்லே ஜானகி. ஒண்ணுமில்லே. போட் ஆடுது இல்லை. ஸ்திரப்படுத்தறேன்.’

‘கையை ஏன் புடிக்கிறீங்க, கையை விடுங்க!’

‘கையை விட்டா விழுந்திருவே இல்லே!’

‘இப்பத்தான் விழற மாதிரி இருக்கேன். எனக்கு நீச்சல் தெரியாதுங்க, நீச்சல் தெரியாதுங்க.’

‘எனக்கு நீச்சல் தெரியுமில்லை.’

‘என்ன பண்றீங்க... என்ன கட்றீங்க... கழுத்தில! அய்யோ கனக்குது!’

'ஒண்ணுமில்லை. பயப்படாதே. பயப்படாதே லைஃப் போட் மாதிரி இது!'

ஏரிப் பக்கம் யாரும் இல்லை. மோட்டார் போட்டின் இயக்கம் மட்டும் படபடத்துக்கொண்டிருக்க, வானத்தில் வி வடிவத்தில் பறவைகள் கருநீல ராத்திரியை முந்துவதற்காக விரைந்து கொண்டிருக்க, ஒரே எத்தில் அவளைக் கவிழ்த்தார். படகின் விளிம்பைக் கடைசி முயற்சியாகப் பிடித்துக்கொண்டவளின் கரத்தை மிதித்தார். 'அய்யோ நான் உங்களுக்கு என்ன பண்...'

தத்தளித்துத் தத்தளித்து அவள் தடுமாறுவதையும் ஜல நடனத்தில் அவள் உள்ளே போவதையும் பார்த்தார். படகைத் திருப்பினார்.

விர்ர்ர்ர்

இருட்டு முழுவதும் படிந்துவிட, தூரத்தில் அவள் கவிழ்ந்த இடத்தில் அழகான தண்ணீர்த் திரைகள் சூர்யோதயத்தில் தங்கத்தில் சலனம் போலத் தெரிய, படகை அசுர வேகத்தில் ஓட்டினார். திரும்ப விடுதிக்குச் செல்ல வேண்டும். விடுதிக்குப் போய்க் கரைக்குச் சென்றுவிட வேண்டும்.

'ஜானகி உன் தப்புக்காக நீ தண்டனை பெற்றாய்' என்றார் படத்தைப் பார்த்து. காலடியில் நெருடியது ஜானகியின் நாய். தினம் தினம் அதற்கு அதிகாலை ரொட்டித் துண்டும் பால் சோறும் தருவாள். தோட்டத்தில் அவள் பின்னாலேயே அலையும். அவள் போன பிற்பாடு இதற்கு ஒரு விதமான மந்த புத்தி வந்துவிட்டது. எப்போதும் சுருண்டு சுருண்டு தூங்குகிறது. அதிகம் குலைப்பதில்லை. அவ்வப்போது முகத்தை உயர்த்தி என்னைப் பார்க்கிறது. இப்போது கூடப் பார்க்கிறது, அந்தப் பார்வையில் கொஞ்சம் சந்தேகம் இருக்கிறதோ? சே! என்ன பிரமை. அலமாரிக்குப் போய் ஒரு கிளாசில் விஸ்கி ஊற்றிக் கொண்டு பைப்புக்கு மறுபடி உயிர் தந்து புத்தகத்தில் ஆழ்ந்தார்.

மடில்டாவும் ஜேம்ஸும் நாலு பக்கங்களுக்கு விலாவாரியாக உடலுறவு கொண்டார்கள். ஆரம்பத்திலிருந்து இறுதிவரை களைத்துப் போய்த் தனித்தனியாகப் படுத்துக்கொள்ளும் வரை வரி வரியாகக் கற்பனைக்கு இடமே வைக்காமல், அப்பட்டமாக எழுதியிருந்தது. கதை படுக்கைக்குப் பக்கத்தில் உட்கார்ந் திருந்து. அது முடிந்ததுமே நகரக் காத்திருந்தது. அவருக்குச் சற்று பேதலித்து, டெலிபோனுக்கு அருகே சென்றார். எங்கேயோ

அந்த எண்ணைக் குறித்து வைத்திருந்தார். எங்கே என்று ஞாபக மில்லை. எத்தனை நாளாயிற்று? மனைவி செத்துப் போனால் ஸ்த்ரீ சகவாசம் கூடாது என்று சாஸ்திரமா? ஏன் எதற்காக இத்தனை நாள் காத்திருந்தேன்? ஜனங்கள் நம்புவதற்காக. மனைவி இறந்ததிலிருந்து இவன் சத்திய புருஷன். மற்ற பெண்களை ஏறெடுத்தும் பார்க்க மாட்டான் என்ற நான்சென்ஸ் பரவுவதற்கு.

அந்த எண்ணைத் தேடியெடுத்து டயல் செய்ய, பிசியாக இருந்தது. இல்லை. இப்போது வேண்டாம். இன்னும் சிலநாள் வேஷம் போடலாம்.

எத்தனை சுதந்தர நாள்கள் பாக்கியிருக்கின்றன! அவசரமே இல்லை. அவசரம் இல்லையா?

'டாக்டர் சரியாப் பாருங்க.'

'எதுக்கும் காலைல மறுபடி ரீடிங் எடுத்துடலாம். டயஸ்டாக் அதிகமாக இருக்குது. ஈ.ஸி.ஜி எடுத்துரலாம். மனைவி இறந்து போனது உங்களை ரொம்பப் பாதிச்சிருக்கு. படபடப்பா இருக்கீங்க. நீங்க என்ன பண்ணியிருக்க முடியும்? பாவம். உடல் கிடைக்கவே இல்லைங்களா?'

'இல்லைங்க...'

'ச் ச் ச் இட்ஸ் எ பிட்டி.'

நாய் காலடியிலிருந்து தலையை மட்டும் எடுத்துக் காதுகளை ஒரு திசையில் திருப்பிக்கொண்டு ஒருமுறை தெளிவாகக் குலைத்துச் சிறிது நேரம் உன்னிப்பாகக் கவனித்தது. படுத்தார். ஆங்கில நாவலின் கூடல் சலித்து விட்டது. தமிழ்ப் பத்திரிகைகள் இறைந்து கிடந்தன.

ஜானகி தொடர் கதைகளை ஒன்று விடாமல் படிப்பாள். கதைகளில் இருப்பவர்கள் எல்லாரும் உயிருள்ளவர்களைப் போல. 'இந்தச் சேகருக்குப் புத்தி போறது பாருங்க. சுமதியை என்ன கொடுமைப்படுத்தறான்?'

விளம்பரங்களைப் பார்த்துக்கொண்டே கதை, கட்டுரைத் தலைப்புகளை அசுவாரஸ்யமாகக் கவனித்துக்கொண்டே வந்தவர்...

ஜானகி சாகவில்லை.

அட. இது யாரு என்று அந்தக் கதையின் முதல் வரியை ஆராய்ந்தார்.

'வெள்ளிக்கிழமை அந்த வீட்டுக்குள் நுழைந்தால் ஜானகியின் படத்துக்கு மாலை போட்டிருப்பதைப் பார்க்கலாம்.'

'அட!'

'இது வேற ஏதோ ஜானகி. கற்பனை ஜானகி. என்னுடைய ஜானகி செத்துப் போய்விட்டாள். அவள் ஏரிக்கடியில் பத்திரமாக இருக்கிறாள். மீன்கள் அவளை அணு அணுவாகச் சாப்பிட்டு விட்டன. எலும்புக்கூடுதான் பாக்கியிருக்கும். அதுவும் கழுத்தில் கட்டப்பட்ட கனத்தால் தப்பித்துப் போகாமல் நீரடிச் செடி களுக்கு இடையில், எழுபதடி ஆழத்தில் லேசாக லேசாக அலைந்துகொண்டிருக்கும். மேலே வராது, வர முடியாது. படித்துத்தான் பார்க்கலாமே. இந்த ஜானகி யார்? எப்படி? சாகாமல் இருக்கிறாள்?

நடுவில் ஓர் இடத்தில் எடுத்துப் படித்தார்.

அன்புள்ள என்னைக் கொல்ல முயன்ற கணவருக்கு, கொல்ல முயன்ற! அட, அப்படியா? பார்க்கலாம்!

அன்றைக்கு என்னைத் தனியாகப் போட் பிரயாணத்துக்கு அழைத் தீர்கள். உங்கள் மனத்தில் இருக்கும் துரோக எண்ணத்தைப் பற்றிச் சந்தேகமே இல்லாது உங்களுடன் வந்தேன்.

'இது நம்ம கேஸ் போலவே இருக்கே!'

நட்டாற்றில் என்னைத் தத்தளிக்கச் செய்தீர்கள்! படகு அசைகிறது. அவசர அவசரமாக என் கழுத்தில் கயிற்றைக் கட்டி அதனுடன் கல்லைக் கட்டி அத்தனை கனத்துடனும் என்னைத் தள்ளிவிட்டீர்கள்!

'பரவாயில்லை, ஏறக்குறைய நம்ம கேஸ் மாதிரித்தான் இருக்கு. நான் ஆனா லைஃப் பெல்ட்டுன்னு சொல்லி ரப்பர் வளையத்தை மாட்டி விட்டேன். இவன் கல்லுங்கறான்! நம்முது என்ன பிரமாதமான ஐடியா! இதுக்குன்னே எத்தனை சிரத்தையா கல்லைவிடக் கனமான 'லைஃப் பெல்ட்' தயார் பண்ணேன்.

ஆமாம்! போட்டு, பேர், சூழ்நிலையெல்லாம் ஒரே மாதிரி இருக்கே! இவனுக்கு எப்படி?'

'ஐயோ! எவ்வளவு பெரிய தண்டனை? எதற்கு? சற்று யோசித்துப் பாருங்கள்.'

'எதுக்காகன்னு என்னடி கேக்கறே, நான் பாக்கலென்னு நினைச்சியா? பாட்டா கத்துக்கிட்ட? வேற ஏதோல்ல கத்துக்கிட்டு இருந்தீங்க...'

'பாட்டு கற்றுக்கொண்டது தப்பா...'

'என்னடாது, நம்ம கதையே வருது. நிமிர்ந்து உட்கார்ந்தார். அவனுக்கு எப்படித் தெரியும்?'

'கற்றுக் கொடுக்க வந்தவன் அழகாக இருந்தது தப்பா? நீங்கள்தானே பாட்டுக் கற்றுக்கொள் என்று வற்புறுத்தினீர்கள்? நீங்கள்தானே ரேடியோ நிலையத்தில் ஏற்பாடு செய்தீர்கள்?'

'அவன் என்ன சொன்னான் தெரியுமோ?'

'அவன் சொன்னான் என்றால் நம்பி விடுவதா, என்னைக் கேட்க வேண்டாமா? நடந்தது என்ன என்று என்னைக் கேட்டீர்களா?'

'கேட்க வேண்டாம், என் மனசில எல்லாம் பளிச்சுன்னு தெளிஞ்சு போச்சு.'

'நீங்களே உங்கள் மனத்தில் விதைத்துக்கொண்ட சந்தேகத்துக்கு நான் பொறுப்பா?'

என்னது நம்ப ஸைடாகவே வருது ஸ்டோரி!

'அப்படியே நான் குற்றம் செய்திருந்தாலும் அதற்கு மரண தண்டனையா? இது நியாயமா? உங்கள் மன விகாரங்களுக்கு நான் பலியாக வேண்டுமா?'

'அப்படித்தான்' என்றார் அழுத்தமாக. சுதாரித்துக்கொண்டு, 'சே! இது ஏதோ கற்பனைக் கதை. இதுக்குப் போய்ப் பதில் சொல்லிக்கிட்டு இருக்கேன். ஆனா ஆனா எப்படி இத்தனை கிட்டத்தட்ட இத்தனை விவரமா என் கதையையே சொல்லியிருக்கான்? கல்லைக் கட்டி உள்ளே தள்ளினேங்கறதைத் தவிர, மற்றதெல்லாம் ரொம்ப க்ளோஸா வரதே. யார்ரா இதை எழுதினவன்?'

கடைசில என்ன ஆகிறது பார்க்கலாம் என்று தொடர்ந்தார்.

'ஐயா அன்புக் கணவரே. நீங்கள் சட்டத்திலிருந்து தப்பி விட்டீர்கள். ஆனால், தெய்வத்திடமிருந்து தப்பிக்கவில்லை. என் உடல் நீருக்கு அடியிலேயே நெடுநாள் கிடக்கும் என்ற நம்பிக்கையில்தான் என்னைத் தள்ளிவிட்டீர்கள். கனத்துடன் தள்ளி விட்டீர்கள். அங்கேதான் தவறு.'

'என்னது?'

'உள்ளே சென்ற எனக்கு எங்கிருந்தோ வெறி வந்து விட்டது. கையைக் காலை வேகமாக அசைக்கும்போது நீங்கள் போட்ட முடிச்சு, நீங்கள் எனக்குக் கட்டிய இரண்டாவது தாலி! மரணத் தாலி! அந்தக் கயிறு என் கைக்கு அகப்பட்டு ஏதோ தெய்வச் செயலால் அவிழ்த்துக்கொண்டுவிட்டது. அதன் பிறகு நான் நினைவிழந்தேன். ஆனால் உயிரிழக்கவில்லை.'

'கண் விழித்தபோது என்னைச் சுழற்றிச் சுழற்றி ஒருவர் வாயி லிருந்து நீரிறைத்துக்கொண்டிருந்தார். ஓ! என் அருமைக் கணவன் என்னும் கயவா! உன்னை நான் வந்து பார்க்கும் நாள் வந்து விட்டது! நான் செத்துப்போன துக்கத்தை ரொம்பக் கொண்டாடு கிறீர்களாமே, நன்றி! மற்றவை நேரில்.'

'இப்படிக்கு. உங்களை விட்டுப் பிரியாத ஜானகி.'

நான்சென்ஸ் என்று பத்திரிகையைத் தூக்கி எறிந்தார். 'என்ன ஒரு கற்பனை பார்த்தியாடா!' என்று நாயைக் கேட்டார். அது மற்றொரு முறை வாயிற் பக்கம் நோக்கிக் குலைத்து விட்டுச் சற்று நேரம் உறுமியது.

ஜானகியாவது திரும்ப வருவதாவது. இவனுக்கு எங்கிருந்து என் பேர், மற்ற விவரங்கள் எல்லாம் கிடைத்திருக்கும்? அப்ப வந்த செய்தித்தாள்கள்தான் தீர்மானமாகச் சொல்லி விட்டனவே, ஜானகி இறந்து போய்விட்டாள் என்று. இவன் தன் கற்பனையைச் சேர்த்துக் கொண்டிருக்கிறான். எதற்கும் ஒருமுறை பார்த்து விடலாம். படபடப்புடன் அலமாரிக்குச் சென்று அங்கிருந்த காகிதங்களை எல்லாம் கலைத்து வெட்டி வைத்திருந்ததை, அந்த நாள்களின் செய்தித்தாள்களை அவசரமாகப் படித்தார்.

'இன்று மாலை பிரபலத் தொழில் அதிபர் சுதர்சனம் அவர்களின் மனைவி திருமதி ஜானகி இறந்து போனார். இவர் நீரில் மூழ்கி

இறந்து போனதாக நம்பப்படுகிறது. பெரும்பாக்கம் ஏரியில் இந்த விபத்து நிகழ்ந்தது.'

பிணம் கிடைக்கவில்லை.

'திருமதி ஜானகி தனியாகப் படகில் சென்றிருப்பதாகத் தெரிகிறது. நடு ஏரியில் படகு அசைந்து மூழ்கியிருக்கலாம் என்று தோன்றுவதாக போலீஸ் அதிகாரி துரை அறிவித்தார். ஜானகியின் பிணம் இன்னும் கிடைக்கவில்லை. சம்பவம் நடந்த சமயம் தொழிலதிபர் சுதர்சனம் கோவையில் இருந்ததாகச் சொல்லப்படுகிறது. போலீஸ் அதிகாரி துரை இது தற்கொலை என்று நம்புவதற்கு வாய்ப்பிருக்கிறது என்றும், திருமதி ஜானகியின் சில உடைமைகள் படகில் கிடைத்ததாகவும் சொன்னார். உடலை ஏரியில் தேட முயற்சிகள் நடைபெறுகின்றன!'

அப்படித்தான் கடைசியிலும் நம்பினார்கள்! ஜானகியைப் பற்றி என்னவெல்லாம் சொல்லி, அவருக்குக் குற்ற உணர்ச்சியைக் கொடுத்து, அந்தத் துரைதான் எப்படியெல்லாம் குடைந்து குடைந்து கேட்டார். ம் ஹூம் பெயரவில்லையே!

டெலிபோன் டைரக்டரியை எடுத்தார். இந்நேரத்தில் பத்திரிகை ஆபீஸ் திறந்திருக்குமா? வீட்டில் போன் இருக்கலாம். இருக்கிறதே.

'ஹலோ ஆம் ஐ ஸ்பீக்கிங் டு தி எடிட்டர்?'

'பேசறேன், சொல்லுங்க.'

'விடுமுறை மலர் ஒண்ணு போட்டிருக்கீங்களே. அதில் 'ஜானகி சாகவில்லை'ன்னு ஒரு கதை, அதைப் படிச்சீங்களா?'

'படிக்காம? என்ன விஷயம் சொல்லுங்க?'

'அதை எழுதினவர் யாரு?'

'பெங்களூர்ல இருக்கார். சிறுகதை நாவல்களெல்லாம் எழுதுவாரு. நீங்க யாரு?'

'என் பேர் சுதர்சன். அவர் போன் நம்பர் வேணும்.'

'எதுக்கு?'

'அந்தக் கதையில என் பேரையும் என் மனைவி பேரையும் இழுத்திருக்காரு. என்ன என்னவோ எழுதியிருக்காரு.'

'அப்படியா, ஆச்சரியமாக இருக்குதே! அப்படிச் செய்ய மாட்டாரு அவரு. அவருக்கு உங்களைத் தெரியுங்களா?'

'ஐ டோண்ட் நோ ஹூ ஷி ஈஸ்.'

'ஷி இல்லைங்க ஹி.'

'யாராயிருந்தாலும் நீங்களும் அவரும் கோர்ட்டில பதில் சொல்ல வேண்டியிருக்கும். வெரி டாமேஜிங்.'

'ஐ தாட், இட் வாஸ் ஜஸ்ட் எ மர்டர் ஸ்டோரி. என்ன மாட்டர் அதில டாமேஜிங்குனு சொல்றீங்க?'

'அதையெல்லாம் டிஸ்கஸ் பண்ணத் தயாராயில்லை. யூ வில் ஹியர் பிரம் மை லாயர்.'

'கதையை நீங்க முழுக்கப் படிச்சுப் பாத்தீங்களா?'

'அவசியம் இல்லை. படிச்ச வரை போதும்.'

'முழுக்கப் படிச்சுப் பாருங்க. முடிவு கொஞ்சம் இண்ட்ரஸ்டிங்கா இருக்கும். எதுக்கும் இப்ப ராத்திரி வேளையில் எந்த கோர்ட்டும் திறந்திருக்காது. அவரை இந்தச் சமயத்திலே டெலிபோன்ல பிடிக்கிறது கஷ்டம்... ஃபாக்டரி ஸ்விட்ச் போர்டு திறந் திருக்காது.'

'காலைல தெரியும்!'

'சரி ஸார், குட் நைட்.'

டெலிபோனை வைத்தவர் கை பதறியது. படுக்கை அருகில் விடுமுறை மலர் கிடந்தது. வா என்னைப் படி. மிச்சத்தையும் படித்து விடு. முடிவில் என்ன ஆகிறது பார்க்கலாம். இதை நான் ஏன் படிக்க வேண்டும்? இல்லை படித்துத்தான் ஆக வேண்டும். இது என் விதி. படிக்காதே, படி.

'உங்களை நான் அத்தனை சுலபமாக விட்டுவிடுவேனா? இதோ உங்களை வந்து சந்திக்கிறேன். ராத்திரி வேளையில் வந்து தட்டுவேன். கதவைத் திறங்கள், திறந்து என்னை முழுசாக

உயிருடன் பாருங்கள். வருகிறேன், வந்து அணைத்துக் கொள்கிறேன்...'

'பொய், அவள் நிச்சயம் இறந்துதான் போயிருக்கிறாள். இதோ பத்திரிகை சொல்கிறது. நீரில் மூழ்கி மரணம்! கற்பனைக் கதை. நான் மேலே படிக்க மாட்டேன்.'

சிகரெட்டைப் பற்ற வைக்கத் திண்டாடினார். காற்று சில்விஷமம் செய்தது. நாய் மறுபடி சிக்கனமாகக் குரைத்தது. சன்னல் திரைகள் சலனமற்றிருக்க, எங்கேயிருந்து காற்று? ஏரிக்கு அடியில்தான் இருக்கிறாள். சந்தேகமே இல்லை. வருவதாவது! நான்சென்ஸ்!

ஒருவேளை கதையில் சொல்லியிருப்பது போல் கழுத்திலிருந்து கயிற்றை மீட்டுக்கொண்டு மிதந்து வந்து யாரோ காப்பாற்றி யிருக்கிறார்கள் என்றால்! சே கதையில்தான் அது நடக்கும். உண்மையில் அவள் விடுபடவில்லை. பெயர்கூட அப்படியே இருக்கிறதே!

அவள் பிழைத்திருந்து அந்த ஆசாமியிடம் போய்க் கதையைச் சொல்லியிருக்கிறாளா! உயிரோடுதான் இருக்கிறாள்! என்னைப் பழி தீர்த்துக்கொள்ள வருவாள். கதவைத் தட்டுவாள். வரப் போகிறாள். வாசல் பக்கம் என்ன நடமாட்டம்!

பிரமை! பிரமை!

இரு. எனக்கென்ன பயமா? எனக்குப் பயமா? எனக்குப் பயமில்லை. ஒருமுறை வாசல் கதவைத் திறந்து பார்த்துவிடலாம்.

பதுங்கி நடந்து வாசல் பக்கம் கதவை நோக்கிச் சென்றார். லேசாகத் திறந்து பார்த்தார். யாரும் இல்லை. பிரமைதான். காலருகில் ஏதோ நிரட அதிர்ந்து போய்த் துள்ளினார். நாய்! காதைத் தீட்டிக்கொண்டு வெளியே யாரோ, தெரிந்தவர் வருகையை எதிர்பார்ப்பது போல் பார்க்கிறது. யாரும் இல்லை. ஆனால்?

அந்த மணம் நிச்சயம் இருந்தது. அவர் மனைவியின் மணம். அவள் உபயோகிக்கும் பிரத்தியேக செண்ட்டின் மணம்! ஜானகியின் வாசனை! குப்பென்று வியர்த்து விட்டது. கதவைச் சாத்திக்கொண்டு விட்டார். மூச்சை இழுத்துக்கொண்டார். சற்று நேரம் நின்றார்.

சே! அந்த மணம் என் மனத்தில் உள்ளது. இல்லை. அது நிஜம்! ஜானகி இருக்கிறாள். அங்கு எங்கோ ஒளிந்துகொண்டு இருக்கிறாள். இல்லை, இல்லை, ஆம்!

படுக்கைக்கு வந்தபோது சன்னல் வழியாக லேசான திரை விலகலில் ஓர் உருவம் நிழலாடியது. 'ஜானகி' என்றார். பதில் இல்லை. 'யாரு? யாரங்கே?' என்றார்.

நாய்கூட 'யாரு' என்று குலைத்தது.

உருவமும் இல்லை. காற்றும் இல்லை. பின் எப்படி அந்த வாசனை? கதவுகளைத் தாளிட்டுக்கொள்ள வேண்டும் போல இருந்தது. ஒருமுறை வாசலில் போய்ப் பார்த்துவிடலாம். வேண்டாம். இப்போது நாய் விடாமல் குலைத்தது. அதன் எதிரொலி ஹால் முழுக்க ஒலித்தது. 'சும்மாரு' என்று அதட்டினார். வாலை ஆட்டிக்கொண்டு, சந்தோஷமாகக் குலைக்கிறது. தெரிந்தவர் வந்தால்தான் வாலை ஆட்டும். ஜானகியா! அவள் நாய்தான்! விளக்கை அணைத்துவிடலாம். அணைக்க வேண்டாம். ஏன் இப்படி வியர்க்கிறது? படபடப்பு. தண்ணீர் குடிக்கலாம். நாக்கு வறள்கிறது.

இந்த வீடு வேண்டாம். எங்கேயாவது ஹோட்டலில் போய் அறை எடுத்துக்கொண்டு விடலாம். படுக்கையில் அந்தக் கதை இன்னும் 'ஜானகி சாகவில்லை' என்றது. நாய் கதவைப் பிறாண்டிக் கொண்டிருந்தது. அதைச் சுட்டு விட வேண்டும் போலக் கோபம் வந்தது. இன்றிரவை இங்கே கழிக்கக்கூடாது. ஓட்டலுக்குப் போய் விடலாம். பிரமையிலேயே பாதி உயிராகி விடுவேன்.

பைஜாமா எங்கே, துண்டு எங்கே, டூத் பேஸ்ட் எங்கே என்று அங்குமிங்கும் தேடும்போது வாசற்கதவு தட்டப்பட்டது.

உறைந்து போய் நின்றார். மறுபடி சற்று அவசரமாகத் தட்டப்பட்டது. மணியைப் பார்த்தார். பதினொன்றரை. இப்போது யார் வருகிறார்கள்? யாரையாவது வரச் சொல்லியிருக்கிறாரா? சரியாகச் சிந்திக்க முடியவில்லை. மறுபடி தட்டல். மெள்ளச் சென்றார். வெளிப்பக்கத்து விளக்கை இங்கிருந்து போட்டார். சன்னல் வழியாக எட்டிப் பார்த்தார்.

ஜானகி!

ஆம் அவள்தான். மெல்லிய ஒளியில், அதே புடைவை, செங்கல் கலரில் நீலக் கோடுகள் போட்டு ஆனிவர்ஸரிக்கு அவர் வாங்கிக் கொடுத்த புடைவை...

ஜானகி நீ சாகவில்லையா? செத்துப்போன பின் வந்திருக் கிறாயா? நீ உயிருடன் இருக்க முடியாது. தண்ணீருக்கு அடியில் நான்தான் அனுப்பினேன்! ஜானகி போ! போய்விடு! நான் ஊரில் இல்லை. கதவு மறுபடி தட்டப்பட அவள் கை வளைகள் ஒலித்தன. ஒரு யுகம் மௌனமாக இருந்தார். மௌனம்.

மெள்ளக் கதவருகே சென்று சட்டென்று கதவைத் திறந்தார்.

'ஜானகி நீ இன்னும்...' அங்கே அவள் இல்லை. எங்கே அவள்? சட்டென்று பின்வாங்கி உள்ளே ஓடினார். ஓடிப் போய் விடலாம். தப்பித்துப் போய் விடலாம். ஓட்டலுக்கு, ஊரை விட்டு, நாட்டை விட்டு. அலமாரியில் பணம் தேடினார். மாடியில் இருக்கிறது. மாடியில்! இப்போது அவருக்கு இரைப்பு அதிகமாகி விட்டது. தலை சுற்றியது. ஓடு, ஓடி விடு! செருப்பைத் தேடினார். துணிகளை அங்குமிங்கும் இரைத்தார். அவள் திரும்பி வருவதற்குள் ஓடிப் போய் விட வேண்டும். பணம், பணம்! மாடியில் இருக்கிறது. மாடிப் படிகளை இரண்டிரண்டாகத் தாவினார். சாவி எங்கே? தடுக்கி விழுந்தார். சமாளித்துக் கொண்டு பீரோவைத் திறந்து நோட்டுகளை அங்குமிங்கும் சிதறப் பைக்குள் திணித்துக்கொண்டார். வீட்டை விட்டு ஓடி விடு!

திரும்ப மாடிப் படியில் இறங்கும்போது கீழே பார்த்தவர் திடுக்கிட்டு அங்கேயே ப்ரேக் போட்டாற் போல் நின்றார்.

இருட்டில் கீழ்ப் படியில் அவள் நின்றுகொண்டிருந்தாள். மெள்ள நிதானமாக அவரை நோக்கி, 'இங்கே இருக்கீங்களா! உங்களை நான் எங்கெல்லாம் தேடறது?' என்று படி ஏறி மேலே வந்தாள்.

'நீ வந்துட்டியா! வந்துட்டியா?' குரல் நடுங்கியது.

'எவ்வளவு முறை வந்து பார்க்கறதுங்க! முதல்ல வந்தேன். ஆள் நடமாட்டம் இருந்ததுன்னு போயிட்டேன். திரும்ப வந்தேன். கதவைத் தட்டினேன். விளக்குப் போட்டுது. யாரும் வரலை. நாய் குலைக்குது. தூங்கறீங்களோன்னு வீட்டுப் பின்பக்கம் போனேன். அங்கேயும் தெரியல. திரும்ப வந்தேன். கதவு திறந்திருந்தது.

திறந்த வீட்டிலே நுழைஞ்சுட்டேன்னு கோவிச்சுக்க மாட்டீங்களே...!'

நிதானமாகப் படிப்படியாக அவரை நோக்கி வந்தாள்.

சுதர்சன் இரைப்புடன் 'யாரு நீ? யாரு நீ?' என்று பதறினார்.

'தெரியலைங்களா? ஞாபகம் இல்லைங்களா? வரச் சொன்னீங்களே, நினைப்பு இல்லைங்களா? மல்லிகா! வேலைக்கு இருந்தேனே. எனக்கு அம்மா புடைவை எல்லாம் தந்தீங்களே. இன்னும் கூட வாசனையா அப்படியே இருக்குதுங்க. பாருங்க. ஐயா, நீங்கதானே வரச் சொன்னீங்க? பள்ளிக்கூடத்திலே பார்த்தப்ப 'தனியாத்தானே இருக்கேன். ஒரு நாள் ராத்திரி வா'ன்னு... ஐயா ஐயா! என்ன ஆச்சு உங்களுக்கு?'

சுதர்சன் நெஞ்சைப் பிடித்துக்கொண்டு அப்படியே தடுமாறி அவள் மேல் விழுந்தார்.

'என்னங்க உடம்பு சரியில்லையா உங்களுக்கு?'

தலையை நிமிர்த்திப் பார்த்தபோது கண்கள் செருகியிருப்பதைக் கவனித்து வீறிட்டாள்.

'ஹலோ துரை, 'விடுமுறை மலர்' பாத்தீங்களா?'

'பாத்தேன். நான் சொன்ன கதையை என் சந்தேகங்கள் எல்லாத்தையும் வெச்சு நல்லா ஜோடிச்சு எழுதியிருந்தீங்களே.'

'அந்தம்மா தப்பிச்சு வரதை மட்டும் கற்பனை பண்ணிக்கிட்டு எழுதியிருந்தேன். முழுக்க படிச்சீங்களா?'

'நான் படிச்சேனோ இல்லையோ, படிக்க வேண்டியவரு படிச்சுட்டார்... சுதர்சன்!'

'என்ன சொன்னார்?'

'அபிப்பிராயம் கேக்க ஆளில்லே. மாஸிவ் ஹார்ட் அட்டாக். போயிட்டாரு. அந்த கேஸையும் நான்தான் விசாரிச்சுக்கிட்டு இருக்கேன்...'

கல்கி விடுமுறை மலர், 1983

8

பாரிஸ் தமிழ்ப் பெண்

ஷார்ல் டிகால் விமான நிலையத்தில் இறங்கிய போது எனக்கு வியர்த்து அலுத்துவிட்டது. அமெரிக்காவில் ஒரு டஜன் நகரங்களில் அலைந்து கட்டடங்கள், முனிசிபல் சுத்தம், மேற்கு கலாசாரம், திகட்டத் திகட்ட டிவி, நாடகங்கள் என்று பிரமித்து, இப்போது பிரமிப்பும் பழகி விட்டது. இவர்கள் எல்லாரும் அதிர்ஷ்டக்காரர்கள். ஏழைமைக்கு இவர்கள் அர்த்தமே வேறு. இவர்களிடம் செல்வம், செழிப்பு எல்லாம் அதிகமாக இருக்கிறது. மக்கள் தொகையும் குறைவு. பாக்கிய ஜீவன்கள் என்று சமாதானம் சொல்லிக்கொண்டு என் தாய் நாட்டின் அவலத்தைப் பற்றிய ஆதங்கத்தை மழுப்பிக் கொண்டேன்.

இருந்தும் பாரிஸ் ஒரு வேறுபட்ட நகரம்தான்! அமெரிக்காவில் இருப்பதுபோல் இல்லாமல், கார்கள் குட்டி குட்டியாக உற்சாக மூட்டைப் பூச்சிகள் போல் நகர்கின்றன. ஜனங்களும் அமெரிக்கர்களைப்போல் இரண்டு ஆளை அடித்துப் போடுகிற சைஸில் இல்லாமல் கொஞ்சம் சின்னவர்களாக, பார்க்க நேர்த்தியாகவே இருக்கிறார்கள்.

பாஷை சுத்தமாகப் புரியாவிட்டாலும் இளமையாக இருக்கிறது. விமான நிலையத்தை விட்டு எனக்குத் தெரிந்த நான்கே பிரெஞ்சு வார்த்தைகளுடனும்

(உய், மெர்ஸி, மெஸியூர், மதாம்) ஒரே மனைவியுடனும் ஓட்டல் தேடிச் சென்றேன்.

நியூ ஜெர்ஸி நண்பர் கோபாலசுந்தரம் சிக்கலாக ஓர் அட்ரஸ் கொடுத்து அங்கே ஓட்டல் சிலாக்கியம் கொஞ்சம் சீப்பும் கூட என்று சொல்லியிருந்தார். அர்த்தநாரி, 'ரோஸி ரெய்ல டிக்கெட் ஒன்று எடுத்து விடு' என்றிருந்தார். உபதேசங்கள் என்னிடம் ஸ்டாக் அதிகமாகவே இருந்தது. மெட்ரோவில் போ ரொம்ப சுலபம் என்றது மற்றொரு சிபா. பாரிஸில் உள்ள நண்பர்களுக்கு டெலிபோன் முயற்சி செய்ய என்னிடம் உற்சாகம் இல்லை. பிரெஞ்சு நாணயங்களும் புரியவில்லை. எனவே, சாமான்களை ஏர்போர்ட் லாக்கரில் போட்டுவிட்டு, நகரத்துக்குப் போகும் பஸ்ஸில் ஏறி உட்கார்ந்துகொண்டு விட்டோம். பஸ் சன்னமாகப் போயிற்று. இரு மருங்கிலும் நகர செளந்தரியம். மனோகர வானிலை.

'அடடா! பாரிஸ் என்றால் பாரிஸ்தான்!' என்று உங்கள் வயிற்றெரிச்சலைக் கொட்டிக்கொள்ள விரும்பவில்லை நான். இந்தக் கதையில் சொல்ல வந்தது ஒரு தமிழ்ப் பெண்ணைப் பற்றியது. அந்தப் பெண்ணின் பெயர்... இருங்கள், அவ்வளவு தூரம் தாவ விரும்பவில்லை.

ஓட்டலுக்கு நாயாக அலைந்தோம். எங்கே போனாலும் கம்ப் ளேட், கம்ப்ளேட் என்றார்கள். கம்ப்ளேட் என்றால் ஹவுஸ் ஃபுல்லாம். பாரிஸ் ஜாகை கிடைப்பது இத்தனை கஷ்டம் என்று யாரும் எனக்குக் குறிப்பெழுதித் தரவில்லை. ஒரு ஸர்தார்ஜி அகப்பட்டார். 'வா நான் இடம் வாங்கித் தருகிறேன்' என்று என்னை அண்ணன் தம்பி மாதிரி (அவர் அண்ணன்) அழைத்துக் கொண்டு போனார். ஓட்டல்கார பிரெஞ்சுக்காரி இங்கிலீஷ் பேச மறுத்தாள். மத்தியஸ்தத்துக்கு ஆங்கிலம் தெரிந்த ஒரு பிரெஞ்சு இளைஞன் வர, அவன் பேசிய இங்கிலீஷைவிட பிரெஞ்சே புரியும்போல இருந்தது.

எப்படியோ ஸர்தார் எங்களுக்கு ஒரு ரூம் பிடித்துக் கொடுத்து விட்டார். ஒருவேளை அவர் தலைப்பாகையைப் பார்த்துவிட்டு, சமஸ்தானம் என்று எண்ணிக்கொண்டு விட்டார்களோ என்னவோ, சின்ன ரூம்தான். கால் நீட்டிப் படுக்க இன்னும் வாடகை ஜாஸ்தி கொடுக்க வேண்டும் போலத் தோன்றியது. எப்படியோ ராத்திரி கட்டையைச் சாய்ப்பதற்கு இடம் கிடைத்து

விட்டது. கொஞ்ச நேரம் ஓய்வெடுத்துக்கொண்டு ஊர் சுற்றிப் பார்க்கக் கிளம்பிவிட்டோம்.

பாரிஸில் என்ன என்னவோ சமாசாரங்கள் எல்லாம் உண்டு. ஷான் டிலிஸி பக்கம் போனால் லிடோ போன்ற இடங்களில் நூற்றுக்கணக்கான பெண்கள் மார்பில் ஒன்றுமில்லாமல் மற்ற இடங்களில் ஜிகினா ஒட்டிக் கொண்டு நடனம் ஆடுவார்கள். தடுக்கி விழுந்தால் ப்ளூ ஃபிலிம். லைவ்ஷோ, கே. ஸிங்கிள்ஸ் பார், மேல் ஸ்ட்ரிப்பர்ஸ் என்று வையகத்தில் உள்ள அத்தனை விகாரங்களுக்கும் வசதியான விஷயங்கள் பாரிஸில் உள்ளன. நான் அதற்கெல்லாம் போகவே இல்லையே!

காரணம் நான் யார், எப்பேர்ப்பட்ட குடும்பம், எத்தனை நாகரிகன், நாசூக்கன், பண்பாளன் என்றெல்லாம் புருடா விட இஷ்டமில்லை. என் மனைவிகூட இருந்ததுதான் காரணம். எனவே, பாரிஸில் யு சர்டிபிக்கேட் இடங்களாகப் பார்த்துக் கொண்டே வந்தோம். கடைத் தெருக்களில் பராக்குப் பார்த்தோம். 'நானும் எய்ஃபல் டவரும்' என்ற கருத்தில் போட்டோ பிடித்துக்கொண்டோம்.

நாதர்தேம் போய் பதினோராம் நூற்றாண்டு வண்ணக் கண்ணாடி சன்னல்களைப் பார்த்து வியந்தோம். அவ்வப்போது 'துகஃபே' என்று காபி சாப்பிட்டுக்கொண்டு, பசியை அதட்டி அடக்கிக் கொண்டோம். லூவர் ம்யூஸியம் போய் மோனா லிசாவைத் தரிசித்தோம். ரொம்ப்ரண்ட், டாவின்ஸி எல்லாம் சரிதான். எத்தனை நேரம்தான் பசியை ஒத்திப் போடுவது? 'அடேய் பாதகா' என்றது வயிறு.

'இரு இரு, இம்ப்ரெஷனிஸ்ட் சித்திரங்களைப் பார்த்த கையுடன் உன்னை விசாரிக்கிறேன்.'

'என்ன விசாரிக்க வேண்டாம். ஏதாவது தமிழ்க்கார ரெஸ்டாரண்ட் இருந்தால் விசாரி. எனக்கு வத்தல் குழம்பு வேண்டும்.'

இம்ப்ரெஷனிஸ்ட் சித்திரச் சாலையில் கொஞ்சம் நேரம் உக்கிரமாகப் பசியைக்கூட மறக்க முடிந்தது. அத்தனை அருமையான சித்திரங்கள்! டெகா, பால்கோகன், வான் காஃப், டூலோஸ் லாத்ரெக், ரென்வார் எல்லாம் என் உச்சரிப்புகள். இவர்களின் சரித்திரத்தை எல்லாம் கொஞ்சம் படித்திருந்ததால் நவீனச் சித்திரக் கலைக்கு அடிகோலிகளான இவர்களின் ஆரவார

வண்ணச் சித்திரங்கள் எனக்குப் பிரமிப்பூட்டுபவையாக இருந்தன. அப்போதுதான் துரையைச் சந்தித்தேன். ஒரு பெயிண்டிங்கை உற்றுப் பார்த்துக்கொண்டிருக்கும்போது, 'பார்லேவூ டமில்?' என்று கேட்டுத் திரும்பிப் பார்த்ததில் ம்யூஸியம் காவலாளர்களில் ஒருத்தர் எங்களைப் பார்த்துச் சிரித்துக்கொண்டிருந்தார்.

'உய்!' என்றேன். நம் ஊர் நிறமாக இருந்தார்.

'என்ன பார்க்கறீங்க? நான் தமிழ்க்காரன்தாங்க.'

'அட! அப்படியா!'

'பாண்டிச்சேரிங்க. பேரு துரை. பன்னண்டு வருசமா இங்க கீறேன்.' மெஸியூர் என்று யாரையோ தொடக்கூடாது என்று பிரெஞ்சில் அதட்டி விட்டு, 'சுத்திப் பார்க்க வந்திங்களா! எனக்கு ஆறு பொட்டைப் புள்ளைங்க. எல்லாம் படிக்குது. நாங்க எல்லாரும் பிரெஞ்சுப் பிரஜைங்க. எனக்கு பாஸ் கொடுத்திருக்கான். இதப் பாருங்க! நாங்கள்லாம் கவர்மென்ட் ஆசாமிங்க. எனக்கு டூட்டி மூணரை வரைக்கும்தான். போய்க்கினே இருக்கறேன். நெல்லதுங்க. உங்களைச் சந்திச்சது. எனக்கு மெட்ரோல அரை டிக்கெட்டுதான். அதாவது பாதிப் பணம் கொடுத்து போய்க்கினே இருப்பேன். இந்தக் கியவன் இருக்கிறான் பாருங்க, பொல்லா தவன்! ஆனால் வேலைல நான் ரொம்ப உசாரு! பாத்துக்கினே இருக்கணுமே! ஒவ்வொரு படமும் லெச்சம் பெறும். யாராவது களட்டப் பாத்தாங்க அலாரம் இருக்குது. போலீஸ் டேசனாண்டை உடனே மணியடிக்கும். இன்னிக்கு மட்டும் ப்ரீ, பள்ளிக்கூடப் பிள்ளைங்க வந்தா ப்ரீ ' என்று பத்து நிமிடங்களுக்குள் பெங்களூர் 271 பஸ்ஸில் போல விஷயங்களைத் திணித்தார். பாரிஸில் ரென்வாரின் ஸ்தம்பிக்க வைக்கும் ந்யூட் இன் ஸம்மர் டே லைட்டின் அருகில் ஒரு பிரெஞ்சுப் பிரஜையுடன் கொச்சைத் தமிழ் பேசுவதில் ஆச்சரியமும் சந்தோஷமும் ஏற்பட்டது.

'அய்யா இந்த ஊர்ல தமிழ்க்கார ஓட்டல் இருக்கா?'

'ஏன் இல்லை? மெட்ரோவில் மேரிடிஸிலைன்ல 'ஸான்ழார்னு' டேசன் கீது, அதில இறங்கி வெளியே வந்து பீச்சாங்கைப் பக்கம் நடந்திங்கன்னா ஷா கடைன்னு வரும்.'

'ஷான்னா குஜராத்தியா?'

‘இல்லை. தமிள்காரந்தான். காரைக்கால் மரைக்காயர். கொஞ்சம் சீனாக்காரன் மூஞ்சி மாதிரி இருக்கும். ரொம்ப நாளா கீரான். தொரைன்னு சொல்லுங்க. தெரிஞ்சுக்குவான். ஷான்னா பிரெஞ்சில பூனைன்னு அர்த்தம். சாம்பார் எல்லாம் போட்டு நம்மூர் சாப்பாடு கிடைக்கும்!’

‘ரொம்ப நன்றிங்க.’ அவரை ஒரு போட்டோ எடுத்தபோது லூயி மன்னன் போல உட்கார்ந்து போஸ் கொடுத்தார்.

அவர் சொன்ன ஸான்ழாரை மெட்ரோ மேப்பில் தேடு தேடு என்று தேடினேன். ம்ஹூம்! பிரெஞ்சு பாஷையில் அனாவசிய எழுத்துகள் நிறைய உள்ளன என்று ஞாபகப்படுத்திக்கொண்டு, அவர் சொல்வது ‘ஸெயின்ட் ஜார்ஜெஸ்’ என்று எழுதியிருந்த ஒரு ஸ்டேஷன்தான் என்று கண்டுபிடித்து விட்டேன். பசி வேளையில் புத்திக்கூர்மை அதிகமாகி விடுகிறது பாருங்கள்.

இந்தக் கதை பிரயாணக் கட்டுரை போல் பாரிஸில் வத்தக் குழம்புக்கு அலையறது என்று தயவுசெய்து எண்ணிக்கொள்ள வேண்டாம். நான் சந்தித்த பிரெஞ்சுக்காரரைப் பற்றிச் சொல்வ தற்காகத்தான் உங்களைப் பசி வேளையில் அங்கே அழைத்துச் செல்கிறேன்.

தரையடி மெட்ரோ ஸ்டேஷனிலிருந்து வெளியே வந்ததும் எதிரேயே ஒரு கடையில் ‘மளிகை’ என்று குழந்தைக் கிறுக்கலில் தமிழ் போர்டு எழுதியிருந்தது. அங்கே போய் வழி கேட்டதில் அங்கிருந்து இரண்டாவது சந்தில் பன்னிரண்டாவது கடையாம்.

இடம் சின்னதாகத்தான் இருந்தது. நான்கு பேர் சாப்பிடுவதற்கு மேசை தயாராக இருந்தது. சுவரில் முஸ்லிம் புண்ணிய ஸ்தலங்களின் படங்கள் இருந்தன. ரிஃப்ரிஜிரேட்டர் அருகில் திரை தடுக்கப்பட்டு அந்தப் பக்கம் கிச்சன் இருப்பதை மசாலா வாசனை அறிவித்திருந்தது. வயதான ஒருவர் சாப்பாட்டுக்காகக் காத்திருந்தார். ‘உக்காருங்க, ஏழரை மணிக்குத்தான் சாப்பாடு போடுவாங்க’ என்றார். நான் டைப் அடித்த மெனு கார்டை சுவாரஸ்யமாகப் படித்துக்கொண்டு உட்கார, காத்திருந்தவர் தன் சுயசரிதத்தைச் சொல்ல ஆரம்பித்து விட்டார். லியானில் அவர் கடை வைத்திருப்பதாகவும், அங்கே ஊதுவத்தி, பெருங்காயம் போன்றவற்றை எடுத்துப் போய் வியாபாரம் பண்ணுவதாகவும் சொன்னார். கொஞ்ச நேரத்தில் திரையை விலக்கிக்கொண்டு

இரண்டு தமிழ்ச் சிறுவர்கள் வந்தார்கள். ஒருவருக்கொருவர் பிரெஞ்சில் பேசிக்கொண்டார்கள். எங்களுடன் ஒரு மாதிரியான தமிழில் பேசினார்கள். அப்போதுதான் அந்த பிரெஞ்சுக்காரர் உள்ளே வந்தார். இந்தப் பையன்களை ஏதோ தயாராக இருக்கிறதா என்று கேட்க, அவர்கள் கொஞ்ச நேரம் காத்திருக்கச் சொல்ல, எங்களுக்கு எதிரே வந்து உட்கார்ந்தார்.

கட்டை குட்டையான ஆசாமி. உருண்டையான முகம். அப்போதுதான் வாங்கிப் பொருத்திக்கொண்டது போலக் குறுந்தாடி, மரகதப் பச்சையில் கண்கள், காது நுனியும் மூக்கு நுனியும் மட்டும் பிரத்தியேக சிவப்பு. ஒரு கைக்குட்டையை எடுத்து அந்த மூக்கை ஒரு திருகு திருகிக்கொண்டு என்னைப் பார்த்துச் சிரித்தார். 'ஆர் யூ ஃப்ரம் இண்டியா?' அவர் ஆங்கிலத்தில் சற்றுத்தான் பிரெஞ்சு பாதிப்பு இருந்தது.

'ஆம்.'

'இந்தியாவில் எந்தப் பகுதி?'

'பெங்களூர்.'

'பெங்களூர் நல்ல நகரம் என்று கேள்விப்பட்டிருக்கிறேன். பேசுவது என்ன மொழி?'

'தமிழ்.'

'தமிழ்நாட்டைச் சேர்ந்தவர்களா?'

'ஆம்.'

'எந்த ஊர்?'

'திருச்சி.'

'திருச்சி? அது வில்லுபுரத்திலிருந்து எவ்வளவு தூரம்.'

'சுமார் நூறு மைல். விழுப்பும் தெரியுமா உங்களுக்கு?' என்றேன் ஆச்சரியத்துடன்.

'நான் வந்திருந்தபோது விழுப்புரத்தில்தான் இருந்தேன்!'

'அப்படியா!'

'இவனைப் பார்த்தா நம்ம வீரராகவ மாமா ஞாபகம் வரலை.'

'பேசாம இரு. எங்கயாவது தமிழ் தெரிஞ்சிருக்கப் போறது.'

பார்ஸல் தயாராகிவிட பிரெஞ்சுக்காரர் என்னைப் பார்த்துப் புன்னகை செய்து, 'உங்களுக்கு ஒரு தமிழ்ப் பெண்ணைச் சந்திக்க விருப்பமா?' என்றார்.

நான் என் மனைவியைப் பார்த்தேன்.

'போய்த்தான் பார்க்கலாமே' என்றாள்.

'நாங்கள் இன்னும் சாப்பிடவில்லையே' என்றேன்.

'காத்திருக்கிறேன்! இப்போது அவளுக்காகத்தான் கொஞ்சம் உணவு வாங்கிச் செல்கிறேன். அவளுக்கு இன்னும் இந்த ஊர் சாப்பாடு பழகவில்லை.'

'உங்கள் வீடு எங்கே இருக்கிறது?'

'கொஞ்ச தூரம்தான். கார் இருக்கிறது, கவலைப்படாதீர்கள். உங்களை எங்கே விருப்பமோ அங்கே ராத்திரி கொண்டு விட்டு விடுகிறேன். உங்கள் மனைவியைப் பார்த்தால் அவள் ரொம்பச் சந்தோஷப்படுவாள்.'

'தமிழ்க்காரியைக் கல்யாணம் பண்ணிண்டிருக்கான் போல இருக்கு.'

எங்கள் சாப்பாடு வந்தது. வத்தல் குழம்பெல்லாம் கிடைக்க வில்லை. மஞ்சளாக விஜிட்டபிள் ரைஸ், சப்பாத்தி, அப்பளம், தயிர் இவைதான் கிடைத்தன. சாப்பிட்டு, பணம் கொடுத்து விட்டு, 'போகலாமா?' என்று அவரைப் பார்த்தபோது மறுபடி புன்னகை பூத்தார். வாசலில் செங்கல் நிறத்தில் சின்னதாக ஒரு ரெனால்டு கார் வைத்திருந்தார். அதற்குள் எங்களைப் பொருத்திக்கொண்டதும் பெல்ட் போட்டுக்கொண்டு திடுதிப் பென்று புறப்பட்டார்.

எனக்குக் கொஞ்சம் அச்சமாகக் கூட இருந்தது. முன்பின் தெரியாதவன் காரில் போய் உட்கார்ந்துகொண்டு விட்டோம். திடீர் என்று கத்தியைக் காட்டி 'வை காசை' என்றால் என்ன செய்வது என்றெல்லாம் யோசனை வந்தது. ஆனால், ஆளைப் பார்த்தால் சாதுவாகத்தான் இருந்தார். புன்னகையைக் கழற்றவே

இல்லை. வெளியே டிராபிக்கில் கவனமாக இருந்தாலும் பேசிக் கொண்டுதான் வந்தார்.

'பாரிஸ் பிடித்திருக்கிறதா?'

'ரொம்ப' என்றாள்.

'லெப்ஃட் பாங்க் மாமார் எல்லாம் போனீர்களோ?'

'இல்லை. இன்றைக்குத்தான் வந்தோம், கொஞ்ச இடங்கள் சுற்றிப் பார்த்தோம்.'

'பாரிஸில் எல்லாருக்கும் எல்லாம் இருக்கிறது. பெரும்பாலான இடங்களில் இரவு ஒரு மணிக்குக் கூடத் தனியாகப் போகலாம். பாரிஸில் சரித்திரம் இருக்கிறது. நவீனம் இருக்கிறது. எனக்கு ஊருக்கு வெளியே ஒரு பெரிய வீடு இருக்கிறது. ஆனால், பாரிஸில் கம்பார்ட்மெண்டை விட்டு நான் போவதே இல்லை. பாரிஸ் அவ்வளவு பழகிவிட்டது.'

'வசீகரமான இடம்தான்.'

சற்று தூரம் நகர ஒளியில் பிரயாணம் செய்து விட்டு ஒரு சந்தில் திரும்பி மறுபடி திரும்பி வாசலில் நிறுத்தினார். 'வாருங்கள்' என்று கதவைத் திறந்து அழைத்தார். பழங்காலத்து வீட்டை அபார்ட்மெண்டுகளாகப் பிரித்து விட்டிருந்தது. இந்த மாதிரிக் கட்டடங்களை பாரிஸில் நிறையப் பார்க்க முடியும். மூன்று அல்லது நான்கு மாடி இருக்கும். கூரை பச்சையாக, சரிவாக இருக்கும். தலைமேல் நூற்றுக்கணக்கான டெலிவிஷன் ஆண்டெனாக்கள் இருக்கும். லிஃப்ட் ஒரு மாதிரி திறந்த மேனியாகக் கொஞ்சம் பயமாகவே இருந்தது. அவர் மேல் மாடியில் இருந்தார். சாவி போட்டுக் கதவைத் திறந்தார். உள்ளே கேட்பாரற்று டெலிவிஷன் சலனித்துக்கொண்டிருக்க, அதை அணைத்து விட்டு அறை வெளிச்சத்தைப் பிரகாசப்படுத்தி, 'உட்காருங்கள்' என்றார். உள்ளே போய் எட்டிப் பார்த்துத் 'தூங்குகிறாள். எழுப்பட்டுமா?' என்று கேட்டார்.

'பரவாயில்லை.'

கடிகாரத்தைப் பார்த்து, 'கொஞ்ச நேரம் கழித்து எழுப்புகிறேன். என்ன சாப்பிடுகிறீர்கள்? ஷாம்பேன் இல்லை, ஸ்காட்ச்?'

‘ஒன்றும் வேண்டாம். கொஞ்சம் குடிக்கத் தண்ணீர் போதும்.’

‘தண்ணீரா!’ என்று ஆச்சரியத்துடன் கேட்டு, ‘பாரிஸில் அதிகம் தண்ணீர் சாப்பிட மாட்டார்கள். கொஞ்சம் ஒயின் அருந்துங்கள். பரவாயில்லை’ என்றார்.

என் மனைவி, ‘எனக்கு ஸாஃப்ட் ட்ரிங்க் ஏதாவது கொடுங்கள்’ என்றாள்.

எனக்கு ஷாம்பேன், தனக்கு ஒரு ஸ்காட்ச், அவளுக்கு ஒரு கோக் எடுத்துக்கொண்டு வந்து எங்கள் எதிரில் உட்கார்ந்தார். ‘நான் தமிழ்நாட்டில் அதிக நாள்கள் இல்லை. பத்துப் பதினைந்து தினங்கள்தான் தங்க முடிந்தது. இவளை அழைத்து வருவதற்காக வந்திருந்தேன். காகிதங்கள், தஸ்தாவேஜுகளைத் தயாரிப்ப திலேயே பெரும்பாலும் சமயமாகி விட்டது. அதிகம் சுற்றிப் பார்க்க முடியவில்லை.’

‘விழுப்புரத்துக்கு எங்கே வந்தீர்கள்?’

‘ஏற்பாடு செய்திருந்தார்கள். அங்கேதான் இவளை முதலில் பார்த்தேன். தமிழ்தான் பேசிக்கொண்டிருக்கிறாள். இந்த ஊர் சூழ்நிலை இன்னும் பழகவில்லை. உங்களைப் பார்த்தால் கொஞ்சம் அவளுக்கு ஆறுதலாக இருக்கும் என்று தோன்றியது. தூங்குகிறாள்.’

‘இருங்கள். இவ்வளவு தூரம் வந்திருக்கிறீர்கள். பார்க்காமல் போவதாவது’ என்று மறுபடி அந்த அறைக்குள் சென்று எட்டிப் பார்த்தார்.

என் மனைவி என்னைப் பார்த்தாள். ‘லவ் மேரேஜாயிருக்கும். இங்க வந்ததும் அந்தப் பொண்ணுக்கு வீட்டு ஞாபகம் வந்தி ருக்கும். நம்மகூட பேசினா கொஞ்சம்...’

அவர் மறுபடி வந்தார். ‘இன்னும் தூங்கிக்கொண்டுதான் இருக் கிறாள்.’

‘எழுப்ப வேண்டாம். மற்றொரு சமயம் பார்த்துக்கொள்ளலாம்.’

‘காபி சாப்பிடுகிறீர்களா?’

‘வேண்டாம். ராத்திரி தூக்கம் வராது.’

‘இருங்கள்! சற்று நேரம் பேசலாமே. அத்தனை அவசரமா?’

‘இல்லை.’

‘பாரிஸில் என்ன வாங்கினீர்கள்?’

என் மனைவி, ‘ஏதோ சின்னச்சின்னச் சாமான்களாக வாங்கினோம். ஞாபகார்த்தப் பொருள்கள், பை, ஸ்கார்ப், செண்ட், போட்டோக்கள், எய்ஃபல் டவர் பொம்மைகள் என்று எல்லாம் விலை அதிகமாக இருக்கிறது. பார்க்கத்தான் முடிகிறது. வாங்க முடியவில்லை’ என்றாள்.

‘தமிழ்நாட்டில் நாற்பது ரூபாய்க்குக் கிடைக்கும் காட்டன் சட்டை இங்கே நூற்றைம்பது ப்ராங்க் போட்டிருக்கிறான்.’

‘எங்கே?’

‘ஷான் டிலிஸியில்.’

‘அங்கே எல்லாமே விலை அதிகம்தான். அங்கே பிரெஞ்சுக் காரர்கள் வாங்க மாட்டார்கள்.’

‘இருந்தாலும் எங்கள் ஊர் சில விஷயங்களில் ரொம்ப சீஃப்தான்’ என்றாள் என் மனைவி.

‘ஒப்புக்கொள்கிறேன்.’

‘நீங்கள் தமிழ்நாட்டில் என்ன வாங்கினீர்கள்?’

‘காட்டுகிறேன்’ என்று சென்றார்.

என்ன வாங்கியிருப்பார்? மகுடி, புல்லாங்குழல், பிரம்புக் கூடை, இதை விட்டால் நம் ஊரில் வேறு என்ன இவர்களுக்கு?

அப்போது அடுத்த அறையில் அழுகை சத்தம் கேட்டது. ச்ச்ச் என்று சமாதானம் கேட்க, அவர் வெளிப்பட்டபோது கையில் குழந்தை வைத்திருந்தார்.

கறுப்பாக ஒரு பெண் குழந்தை, சுமார் மூன்று வயதிருக்கும். புதிதாக கவுன் போட்டுக்கொண்டு, கண்களில் கண்ணீருடன் எங்களை, குறிப்பாக என் மனைவியை விநோதமாகப் பார்த்துக் கொண்டிருந்தது.

அவர் அதை பொம்மைபோலத்தான் கையில் வைத்திருந்தார். அதனுடன் பிரெஞ்சில் அதன் கன்னத்தை நிரடிக்கொண்டு பேசினார். அது திரும்பி அவர் தோளில் சாய்ந்துகொண்டது.

'நான் தமிழ்நாட்டில் இவளை வாங்கினேன். இருநூற்றைம்பது ரூபாய்! சுமார் நூற்றிருபது ப்ராங்க்! உங்கள் காட்டன் சட்டையை விட விலை குறைவு' என்று சிரித்தார்.

சாவி, 14.11.1982